ടോണി എം ആന്റണി

മണ്ടി ആന്റണി ഓമന ദമ്പതികളുടെ മകനായി കനകമല എന്ന കൊച്ചു ഗ്രാമത്തിൽ ജനനം. ചാലക്കുടി കാർമൽ സ്കൂളിലും ഇരിങ്ങാലക്കുട ക്രൈസ്റ്റ് കലാലയത്തിലുമായി വിദ്യാഭ്യാസം.

ഭാര്യ : സൗമ്യ

മക്കൾ : ഫെലിക്സ് ടോണി ആന്റണി & സ്റ്റീവ് ടോണി ആന്റണി.

ഇതുവരെ പ്രസിദ്ധീകരിച്ച പുസ്തകങ്ങൾ :

എന്റെ കള്ളോർമകൾ (അനുഭവ കഥകൾ/ചെറുകഥകൾ), ചിലന്തി (കവിത സമാഹാരം), അവരെന്തു കരുതും (കവിത സമാഹാരം –2022 ഷാർജ ബുക്ക് ഫെസ്റ്റിവലിൽ വെച്ചായിരുന്നു പുസ്തകപ്രകാശനം) പിന്നല്ലാ, ഇപ്പൊ ശരിയാക്കി തരാം (അനുഭവ കഥകൾ)

ലഭിച്ച അവാർഡുകൾ :

2022 ലെ മുണ്ടൂർ കൃഷ്ണൻകുട്ടി കഥാപുരസ്കാരം, 2023 ലെ നന്ത നാർ സ്മാരക ഗ്രാമീൺ സംസ്ഥാന സാഹിത്യ ശ്രേഷ്ഠ അവാർഡ്, സപര്യ രാമായണ കവിതാപുരസ്കാരം 2023 (പ്രത്യേക ജൂറി പുരസ്കാരം), ഭാഷാശ്രീ ആദരം 2023, ഡോ ബി ആർ അംബേദ്ക്കർ ശ്രേഷ്ഠപ്രഭ ദേശീയ പുരസ്കാരം 2024

Malayalam Language
Thomankutty enna Pasoomba
(Stories)
by
Tony M. Antony

♦

Published in April 2024
by Kairali Books Private Limited
Thalikkavu Road, Kannur.
Ph : 0497-2761200
Email : kairalibooksknr@gmail.com

♦

Illustrations
Ravina Sunil

♦

Cover Design
Prasanth Mangad

♦

2/24-25/Sl.No.1569/200/NS 18.6
ISBN 978-93-5973-853-6

തോമൻകുട്ടി എന്ന പശുമ്പാ

ടോണി എം. ആന്റണി

കൈരളി ബുക്സ്

സമർപ്പണം

അപ്പച്ചന്‌....
വല്യപ്പച്ചനും വല്യമ്മച്ചിക്കും....
അപ്പൂപ്പനും അമ്മുമ്മക്കും....
കൂടെ എന്റെ എല്ലാ അഭ്യുദയകാംക്ഷികൾക്കും....

ആമുഖം

മലയാള സാഹിത്യത്തിലെ മഹാരഥന്മാർക്കു മുന്നിൽ, ഈ ക
ഥാസമാഹാരത്തിലെ കുറവുകൾക്കു മാപ്പു ചോദിച്ചു കൊണ്ട്
'തോമൻകുട്ടി എന്ന പശുമ്പാ' എന്ന കഥാസമാഹാരം നിങ്ങളുടെ
മുന്നിൽ സവിനയം സമർപ്പിക്കുന്നു.

ടോണി എം ആന്റണി

ഉള്ളടക്കം

ജീവിതത്തിന്റെ കയ്യൊപ്പ്
പതിഞ്ഞ കഥകൾ
പി. സുരേന്ദ്രൻ

ടോണി എം. ആന്റണിയുടെ കഥാലോകം ഗ്രാമീണ പുരാവൃത്ത ങ്ങൾകൊണ്ട് സമ്പന്നമാണ്. പ്രവാസിയായി വിദൂരതയിൽ ജീവിക്കു മ്പോഴും ഞാനിപ്പോഴും എന്റെ ഗ്രാമത്തിൽ തന്നെയാണെന്ന് പറയാൻ ആഗ്രഹിക്കുകയാണ് കഥാകൃത്ത്. ഗ്രാമജീവിതത്തിന്റെ ഏറ്റവും വലിയ സവിശേഷത മനുഷ്യരുടെ ജൈവബോധമാണ്. ഗ്രാമീണർ നിഷ്കള ങ്കരായിരിക്കെ തന്നെ ചിലപ്പോഴവർ ദാർശനികരുമാവും. മനുഷ്യജീവി തദർശനങ്ങൾ കസവുപോലെ തുന്നിച്ചേർത്ത കഥകളാണിവ. കഥയെ ന്നത് ആഖ്യാനം മാത്രമല്ല അത് ജീവിതദർശനം കൂടിയാണ്. കഥകളെ കാലാതിവർത്തിയാക്കുന്നതും അതാണ്.

ടോണിയുടെ കഥാലോകം പൊതുവെ മനുഷ്യകേന്ദ്രീകൃതമാണെന്ന് ആലങ്കാരികമായി പറയാം. മനുഷ്യരോടാണ് ഈ കഥാകൃത്തിന് കൂടു തൽ ഇഷ്ടം. അതുകൊണ്ടാണ് മൃഗങ്ങൾ കടന്നുവരുമ്പോൾ പോലും അവർ മനുഷ്യരെപ്പോലെ പെരുമാറുന്നത്. മൃഗങ്ങൾ മനുഷ്യരോട് സംസാരിക്കുന്നു, പ്രതികരിക്കുന്നു. സ്നേഹത്തെക്കുറിച്ചും സ്നേഹ രാഹിത്യത്തെക്കുറിച്ചും ധാരാളം കഥകൾ ഈ പുസ്തകത്തിലുണ്ട്. ഇല്ലുമിനാറ്റിയും പാച്ചുജോയിയും എന്ന കഥ സ്നേഹം കിട്ടാതെ പോയ ഒരു മനുഷ്യനെക്കുറിച്ചാണ്. പുല്ലിംഗത്തിന്റെ പിടച്ചിൽ നമുക്ക് അനുഭ വിക്കാം. ഒരാൾ പൂർണ്ണമായി തകർന്നുപോവുമ്പോൾ സ്നേഹത്തിനായി കൊതിക്കും. സ്നേഹം രതിയിലേക്കു വഴിമാറും. അരക്കെട്ടിലെ തീയ്ക്ക് ശമനമില്ലാതിരിക്കുകയും അത് വിനാശകരമായി മാറുകയും ചെയ്യുമ്പോ ഴാണ് പാച്ചുജോയി തന്റെ ലിംഗം ഛേദിക്കുന്നതും രക്തം വാർന്നു മരി ക്കുകയും ചെയ്യുന്നത്. ചെറിയ കഥയിലൂടെ അസാധാരണ കഥാപാ ത്രസൃഷ്ടി നടത്തുന്നു ടോണി. ഇല്ലുമിനാറ്റിയെക്കുറിച്ചുള്ള പരാമർശം

കഥയ്ക്ക് മറ്റൊരു മാനം നൽകുന്നു. മനുഷ്യരെ നിയന്ത്രിക്കുന്ന ഗൂഢപ
ദ്ധതി പാച്ചുജോയിയുടെ ജീവിതവുമായി ധന്യാത്മകമായി ചേരുന്നു.

കുഴിവെട്ടുകാരൻ പ്രാഞ്ചിയെന്ന കഥാപാത്രത്തന് അതീന്ദ്രിയമായ
കഴിവുകൾ ഉണ്ട്. അവൻ മൃതശരീരങ്ങളുടെ ത്വക്കും തലയോട്ടിയും
നോക്കി പ്രവചനം നടത്തും. ഏത് തരം മരണമാണെന്നും പറയും. ജന്മ
പരമ്പരകളുടെ ദുരൂഹതകൾ വായിക്കുകയാണയാൾ. ഒരു ക്രിസ്തീയ
ഗ്രാമജീവിതത്തിന്റെ കാഴ്ചകൾ മിന്നിമറയുന്നു. ഒടുവിൽ പ്രാഞ്ചി മരി
ക്കുമ്പോൾ ആ മരണവും ദുരൂഹതയുടെ മൂടുപടമണിയുന്നു. പ്രാഞ്ചി
യുടെ സ്ഥാനത്ത് കുഴിവെട്ടുന്ന ബംഗാളി പയ്യൻ കടന്നു വരുന്നതിലൂടെ
കേരളീയ സാമൂഹികജീവിതത്തിന്റെ മാറ്റങ്ങളിലേക്കും തൊഴിൽ ബന്ധ
ങ്ങളിലെ വർത്തമാനങ്ങളിലേക്കും കഥ എത്തുന്നു.

ഒരു നാടൻ തെരുവുനായയിലൂടെ ശങ്കരനും ടോമിയും തമ്മിലുള്ള
അസാധാരണ സൗഹൃദത്തിലൂടെ ഇതൾ വിരിയുകയാണ് കഥ. ഇത്തരം
ബന്ധങ്ങൾ നമുക്ക് പരിചിതവുമാണ്. ഇത്തരം നാട്ടുനായകളുടെ ജീവി
തവും. ടോമിയെന്ന നാട്ടുനായയെ ചുറ്റി അസാധാരണപരിവേഷം കടന്നു
വരികയാണ്. അതൊരു വിശുദ്ധമൃഗമായി മാറുകയാണ്. അവന്റെ മര
ണത്തോടെ മതത്തിലേക്ക് അടയാളപ്പെടുത്തുകയും അതിന്റെ പേരിൽ
സമുദായം വേർതിരിയുകയും ചെയ്യുന്നു. വർത്തമാനകാല ഇന്ത്യൻ
സാഹചര്യത്തെ മനോഹരമായി അവതരിപ്പിക്കുന്നു ഈ കഥ.

തോമൻകുട്ടി എന്ന പശുമ്പ മനുഷ്യരെപ്പോലെ വിവേകശാലിയായി
സംസാരിക്കുന്ന ഒരു പശുവിന്റെ ജീവിതചിത്രമാണ്. നിഷ്ക്കളങ്കമായ
ഗ്രാമജീവിതത്തിന്റെ അസാധാരണ ആവിഷ്കാരം കൂടിയാണ് ഈ കഥ.
പശു അതിന്റെ അവകാശങ്ങളെക്കുറിച്ച് സംസാരിക്കുകയാണ്. അവകാ
ശങ്ങൾ അനുവദിച്ചില്ലെങ്കിൽ പീഡനക്കേസുകൊടുക്കുമെന്ന് ഭീഷണി
പ്പെടുത്തുകയാണ്. വർത്തമാനകാല ജീവിതത്തിലേക്ക് അസാധാരണ
മായി മുഴങ്ങുകയാണ് ഈ കഥ. ലോനപ്പേട്ടൻ കാളയായി പരിണമി
ക്കാതെ തരമില്ലല്ലോ. ലോനപ്പേട്ടന്റെ മെറ്റമോൾഫസിസ് തന്നെയാണ്
ഈ കഥയ്ക്ക് മൗലികമായ മാനം നൽകുന്നത്.

ചാക്കുവെന്ന മോർച്ചറി സൂക്ഷിപ്പുകാരന്റെ കഥ സമീപകാലത്ത് മല
യാളത്തിൽ ഉണ്ടായ അസാധാരണ കഥയാണ്. മോർച്ചറി സൂക്ഷിപ്പുകാ
രന്റെ കഥയാണ്. പ്രേതങ്ങളുടെ ഭാഷണങ്ങൾ നിറഞ്ഞ കഥ. ജന്മപര
മ്പരകളുടെ ദുരൂഹതകൾ നിറഞ്ഞ കഥയാണിത്. മനുഷ്യജന്മം ഒരുപിടി
കിട്ടാ പൊരുളാണെന്ന് ഈ കഥ ബോധ്യപ്പെടുത്തും. മൂടിവെച്ച കാമന
കൾ എത്ര ഭയാനകമെന്ന് ചാക്കു നമ്മെ ബോധ്യപ്പെടുത്തും. ആ കാമ

നകളാണ് അയാളെ ശവഭോഗിയാക്കി മാറ്റുന്നത്. പ്രധാനപ്പെട്ട കുറച്ച് കഥകളെ വിലയിരുത്താൻ ശ്രമിച്ചു എന്നേയുള്ളൂ. ഒട്ടും ദുരൂഹതയില്ലാതെ കഥ പറയുകയാണ് ഈ എഴുത്തുകാരൻ. കഥാഘടനയിലെ സന്നിവേശങ്ങൾ വളരെ ഉജ്ജ്വലമാണ് പലയിടത്തും. വളരെ ബുദ്ധിപരമായ പ്രയോഗങ്ങൾ കഥയിൽ കാണാം. മികച്ച കഥാകാരന്റെ കയ്യൊപ്പുകൾ.

ഇല്ലുമിനാറ്റിയും പാച്ചു ജോയിയും

അന്നാണ് പാച്ചു ജോയ് ഇല്ലുമിനാറ്റിയെപ്പറ്റി കേട്ടത്.കേട്ടപ്പോൾ ത ന്നെ ഇതെന്തു വായിക്കൊള്ളാത്ത കുന്ത്രാണ്ടം എന്ന് പാച്ചു ജോയിക്ക് തോന്നി. ഈ വാക്കൊന്നു ഉച്ചരിക്കാൻ പഠിക്കാൻ തന്നെ പാച്ചു ജോയ് മണിക്കൂറു രണ്ടെടുത്തു.

ചായക്കടയിലെ പതിവ് വട്ടമേശ സമ്മേളനത്തിൽ തെക്കേതിലെ ശേഖ രൻ മാഷ് ഇതിനെ കുറച്ചു വിശദമായി പറഞ്ഞപ്പോഴാണ്, ഇത് ഇത്ര യും ഗുലുമാൽ പിടിച്ച സംഗതി ആണെന്ന് പാച്ചു ജോയിക്ക് മനസിലാ യത്. ലോകത്തെ കിടുകിടാ വിറപ്പിച്ച കൊറോണ പോലും ഇവരുടെ പരിപാടി ആണെന്ന് മാഷ് പറഞ്ഞപ്പോ, ജോയിക്ക് ഭയത്തോടൊപ്പം ശക ലം ബഹുമാനം കൂടെ ലവരോട് തോന്നി തുടങ്ങി.

മാഷ് ഇല്ലുമിനാറ്റിയുടെ ചരിത്രത്തെ കുറിച്ച് പറയാൻ തുടങ്ങിയപ്പോ ഴാണ്, തന്റെ ചരിത്രത്തെ കുറിച്ചൊരു ഫ്ളാഷ് ബാക്കിന്റെ ആവശ്യക ത പാച്ചു ജോയിക്ക് തോന്നിയത്. മാഷിന്റെ മുഖത്തു നോക്കി, വെച്ചിരി ക്കുന്ന മാസ്കിനുള്ളിലൂടെ വായ് പൊളിച്ചിരുന്ന പാച്ചു ജോയിടെ മന സിന്റെ അഭ്രപാളിയിലൂടെ, സ്വന്തം ഫ്ളാഷ് ബാക്ക് ഒരു ചലച്ചിത്രം പോലെ കടന്നു പോയി. കളറിനു ഒരു സാധ്യതയും ഇല്ലാത്തതു കൊ ണ്ട്, വെറും ബ്ലാക്ക് ആൻഡ് വൈറ്റ് മതിയെന്ന്, ജോയിയും മനസും തമ്മിൽ ധാരണ ആയിരുന്നത് കൊണ്ട്, സെൻസറിങ്ങ് ഇല്ലാതെ ആ ചലച്ചിത്രം തുടങ്ങി.

ജനിച്ചു ഒരാണ്ടിനു മുൻപേ അപ്പനെ നഷ്ടപെട്ട പാച്ചു ജോയിടെ, ശി ഷ്ട ജീവിതം അമ്മ വീട്ടിലായിരുന്നു. അത്യാവശ്യം ഭൂസ്വത്തുള്ള ഒരു അപ്പന്റെ മകളായിരുന്നു ജോയിടെ അമ്മയെന്നത് കൊണ്ട്, അദ്ദേഹ ത്തിന്റെ ബാല്യകാലം സുഭിക്ഷമായിരുന്നു.

പഠിക്കാൻ കൊണ്ട് ചെന്നാക്കിയ സ്കൂളിൽ ബീഡി വലി, പെമ്പി ള്ളേരുടെ മൂത്രപ്പുരയിൽ ഒളിഞ്ഞു നോട്ടം, സ്കൂൾ പറമ്പിലെ തേങ്ങ മോഷണമെന്ന് വേണ്ട, ഏഴാം ക്ലാസ്സിൽ എത്തിയപ്പോഴേക്കും സ്കൂളി ലെ അധ്യാപികമാർക്കു വരെ നമ്മുടെ കഥാനായകൻ ഒരു വൻ ഭീഷ

ണിയായി മാറി.

കൂട്ടത്തിൽ പറയേണ്ട ഒന്ന് കൂടെ ഉണ്ട്, ഓരോ ക്ലാസ്സിലും നല്ല അടി സ്ഥാനം ഉണ്ടാക്കി വർഷങ്ങൾ എടുത്തു പഠിച്ചത് കൊണ്ട് ഏഴിൽ എത്തി യപ്പോഴേക്കും നമ്മുടെ പാച്ചു ജോയിക്ക് വോട്ടവകാശം കിട്ടിയിരുന്നു. കൂട്ടത്തിൽ പഠിച്ച ആരേലും അദ്ധ്യാപകരായി പഠിപ്പിക്കാൻ വന്നെങ്കി ലോ എന്ന ഭയത്താൽ, ഏഴാം ക്ലാസ്സോടെ പാച്ചു ജോയ് തന്റെ പഠന ജീവിതത്തോട് വിട പറഞ്ഞു.

പഠനം നിർത്തിയതോടെ ഒരുപാടു സമയം ഫ്രീ ആയതു കൊണ്ട്, പാച്ചു ജോയിടെ ശ്രദ്ധ പതിയെ അപ്പൂപ്പന്റെ പറമ്പിലെ തേങ്ങ, കുരുമു ളക്, ജാതിക്ക, അടക്ക എന്നിവയിലേക്ക് തിരിഞ്ഞു. അപ്പൂപ്പന്റെ പറമ്പി ലെ ഉൽപ്പന്നങ്ങൾ പണമായി, നാട്ടിലെ മദ്യക്കടയിലും, ചീട്ടു കളി ക്ലബ്ബി ലും, ചില പെണ്ണുങ്ങളുടെ അരക്കെട്ടിലും കൃത്യമായി എത്തി കൊണ്ടി രുന്നു. ഇതറിഞ്ഞ അപ്പൂപ്പൻ ആദ്യം ഉപദേശിച്ചു, പിന്നെ ഗുണദോഷി ച്ചു, പിന്നെ വിരട്ടി അതിലും ഫലിക്കാതെ വന്നപ്പോൾ വീട്ടിൽ നിന്നും പുറത്താക്കി.

തന്റെ പിടി വള്ളി പോയി എന്ന് തിരിച്ചറിഞ്ഞ പാച്ചു ജോയി അമ്മ യുടെ അടുത്തു സെന്റിമെൻസ് കാർഡ് ഇറക്കി, അപ്പൂപ്പനെ സ്വാധീനി ക്കാൻ നോക്കി. അപ്പൂപ്പൻ വീഴുന്നില്ല എന്ന് കണ്ട പാച്ചു ജോയ്, വീടി നു മുന്നിൽ വന്നു ഒരുച്ചക്ക് ഒരൊറ്റപ്പാട്ട്,

'എവിടെ പോയി ഒളിക്കും അപ്പൂപ്പാ ഞാൻ
നിൻ സന്നിധി വിട്ടെങ്ങോട്ടോടും'

മരണപ്പാട്ടിന്റെ ഈ ഡ്യൂപ്പിലും, രീതിയിലും, പിന്നെ നടത്തിയ പൊ ട്ടിക്കരച്ചിലിലും, സ്വന്തം മകളുടെ, എന്റെ മോൻ ചാവാൻ പോണേ എന്ന നെഞ്ചത്തടിച്ചു കരച്ചിലിലും അപ്പൂപ്പൻ വീണു. അങ്ങിനെ ജോയ് വീണ്ടും വീട്ടിൽ കയറി പറ്റി.

തുടർന്ന് വന്ന ആദ്യ ഒന്നുരണ്ടു മാസം നമ്മുടെ നായകൻ മര്യാദ ക്കാരനായി നടന്നെങ്കിലും, മൂഷിക സ്ത്രീ തിരികെ മൂഷിക സ്ത്രീ ആയതു പോലെ, പാച്ചു ജോയ് പിന്നെയും തന്റെ കലാപരിപാടികൾ പൂർവ്വാധികം ശക്തിയോടെ തുടർന്നുകൊണ്ടിരുന്നു.

വഴിപിഴച്ചു പോയ തന്റെ പേരക്കുട്ടിയെ നന്നാക്കാൻ പല വഴികളും അന്വേഷിച്ചു നടന്ന അപ്പൂപ്പനോട്, ജോയിയെ പിടിച്ചു ഒരു കല്യാണം ക ഴിപ്പിക്കാൻ ആരോ ഉപദേശിച്ചു. പലരോടും ചോദിച്ചപ്പോൾ, അത് ഒരു നല്ല ആശയമായി പറഞ്ഞത് കൊണ്ട്, പാച്ചു ജോയിയെ കൊണ്ട് ഒരു കല്യാണം കഴിപ്പിക്കാൻ അപ്പൂപ്പനും അമ്മയും കൂടെ തീരുമാനിച്ചു. തന്റെ

പേരകുട്ടീടെ സ്വഭാവം നന്നായി അറിയാവുന്നത് കൊണ്ടും, അവനെ അറിയുന്നവർ ആരും പെണ്ണ് തരില്ല എന്ന് ഉറപ്പുള്ളത് കൊണ്ടും വളരെ ദൂരെ ഒരു അനാഥാലയത്തിൽ നിന്നാണ് പാച്ചു ജോയിക്ക് വധുവിനെ കണ്ടെത്തിയത്.

കല്യാണം ഒക്കെ നടന്നെങ്കിലും, അപ്പൂപ്പന്റെ ചികിത്സ ഒന്നും ഫലി ച്ചില്ല. പാച്ചു ജോയ് നന്നായില്ല. വിവാഹ ജീവിതത്തിൽ രണ്ടു പിള്ളേരു ണ്ടായി എന്നല്ലാതെ മറ്റൊരു മാറ്റവും ഉണ്ടായില്ല. അപ്പൂപ്പന്റെയും അമ്മ യുടെയും മരണശേഷം ഉള്ള സ്ഥലങ്ങൾ ഒക്കെ വിറ്റു ധൂർത്തടിച്ചു, ഇപ്പൊ വാടക വീട്ടിലാണ് പൊറുതി.

ഭാര്യ പണിക്കു പോവുന്നത് കൊണ്ട് പട്ടിണി ഇല്ലാതെ പോവുന്നു. ആ പാവം പണിക്കു പോവുന്നതിന്റെ ഒരു വിഹിതം വാങ്ങിയാണ് പാച്ചു ജോയിടെ ഇപ്പോളത്തെ കലാ പരിപാടികൾ.

ഫ്ളാഷ് ബാക്ക് കഴിഞ്ഞു, മനസ്സ് അശുഭം എന്ന് എഴുതി കാണിച്ചു, വായ അടച്ചു സ്ഥലകാലബോധം വന്നപ്പോഴേക്കും വട്ടമേശ സമ്മേള നം കഴിഞ്ഞു ശേഖരൻ മാഷ് അങ്ങേരുടെ വഴിക്കു പോയിരുന്നു

ചായക്കടയിൽ നിന്നിറങ്ങിയ പാച്ചു ജോയിടെ മനസ്സിൽ ഇല്ലുമിനാറ്റി മുഴച്ചു നിന്നു. അതിനെ പറ്റി കൂടുതലായി അറിയാൻ വഴിയാലോചിച്ച ജോയിടെ മുന്നിൽ, ബാർബർ സദാനന്ദൻ ഒരു ദൈവദൂതനെ പോലെ വന്നു. പലർക്കും നാട്ടിലെ ഒരു കുഞ്ഞു എൻസൈക്ലോപീഡിയ ആണ് ഈ ബാർബർ സദാനന്ദൻ. സത്യത്തിൽ തനിക്കു യാതൊരു പിടിയില്ലാ ത്ത കാര്യം പോലും, ആധികാരികമായി തട്ടി വിടുന്ന ഒരു തള്ളിസ്റ്റ് ആണ് ഈ ബാർബർ സദാനന്ദൻ.

പാച്ചു ജോയ്, ഇല്ലുമിനാറ്റിയെ കുറിച്ച് ചോദിച്ചപ്പോ നമ്മുടെ സദാന ന്ദന് സംഗതി കത്തിയില്ല. അറിയില്ല എന്ന് പറയാനുള്ള മടി കൊണ്ട്, ജോലിത്തിരക്കെന്ന വ്യാജേന നാളെ വരാൻ പാവം പാച്ചു ജോയിയെ ചട്ടം കെട്ടി.

എവിടുന്നൊക്കെയോ തപ്പി പിടിച്ച അറിവും, കൂടുതൽ ഭാവനയുമാ യി, നമ്മുടെ സദാനന്ദൻ പാച്ചു ജോയിയെ കാത്തിരുന്നു. പറഞ്ഞ പോ ലെ, പിറ്റേ ദിവസം സദാനന്ദൻ, പാച്ചു ജോയിക്ക് കൈമാറിയ അറിവു കൾ താഴെ പറയുന്നവയാണ്

1) ഇല്ലുമിനാറ്റി, എന്ന് പറയുന്ന ഒരു സംഘം ആളുകൾ ആണ് ഈ ലോകം നിയന്ത്രിക്കുന്നത്

2) സാത്താൻ സേവ പോലെ എന്തോ ഒന്ന്, അവർക്കുണ്ട്

3) തങ്ങൾക്കു അനുയോജ്യമായവരെ ലോകത്തിന്റെ പല ഭാഗത്തു

നിന്നും അവർ തിരഞ്ഞെടുക്കും.

4) പാച്ചു ജോയിയെ പോലും അവർ ചിലപ്പോൾ തിരഞ്ഞെടുത്തേ ക്കാം, അങ്ങിനെ ആണേൽ പാച്ചു ജോയിയും ലോകം നിയ ന്ത്രിക്കുന്ന സംഘത്തിൽ അംഗമാവും.

5) ഈ ലോകത്തു സ്നേഹം എന്ന വികാരം ഇല്ലാതാക്കുക എന്ന താണ് ഈ സംഘത്തിന്റെ ഉദ്ദേശ്യം. അത് കൊണ്ട് തന്നെ ഒ ന്നിനോടും ഒരു ആത്മാർത്ഥ സ്നേഹം ഇല്ലാത്ത പാച്ചു ജോയി ക്ക് ഈ സംഘത്തിൽ എത്താൻ കൂടുതൽ സാധ്യത ഉണ്ട്.

സദാനന്ദന്റെ അവസാന രണ്ടു അറിവുകളും പാച്ചു ജോയിയിൽ ഒരു കുളിർമഴ പെയ്തിറക്കി. ആർക്കും വേണ്ടാത്ത താൻ ലോകം നിയന്ത്രി ക്കുന്ന സംഘത്തിൽ.

ഈ ലോകം തന്നെ അംഗീകരിക്കുന്നു, തള്ളി പറഞ്ഞവർ, തല്ലിയ വർ എല്ലാവരെയും തനിക്കു നിയന്ത്രിക്കാം, പാച്ചു ജോയിടെ സ്വപ്ന ങ്ങൾ റോക്കറ്റ് പോലെ കുതിച്ചുയർന്നു.

ഇടയിൽ വന്ന രണ്ടു മുടിവെട്ട് കഴിയാൻ കാത്തു നിന്ന പാച്ചു ജോയ്, ഇല്ലുമിനാറ്റി തന്നെ ശ്രദ്ധിക്കാൻ വേണ്ട കൂടുതൽ കാര്യങ്ങൾ എന്തെ ന്ന് സദാനന്ദനോട് ചോദിച്ചു. പറഞ്ഞു കുടുങ്ങിയല്ലോ എന്ന് കരുതി, വളരെ കൂലങ്കുഷമായി ആലോചിക്കുന്നു എന്ന വ്യാജേന കുറച്ചു നേ രം കണ്ണടച്ചു നിന്ന് സദാനന്ദൻ, പാച്ചു ജോയിയോട് പറഞ്ഞു, നിന്നില വശേഷിക്കുന്ന സ്നേഹം കൂടെ മുറിച്ചു മാറ്റിയാൽ, നിന്നെ അവർ പെട്ടെ ന്ന് ശ്രദ്ധിക്കുകയും, തിരഞ്ഞെടുക്കുകയും ചെയ്യും.

കൂടുതൽ ഒന്നും മനസിലായില്ലെങ്കിലും, അവശേഷിക്കുന്ന സ്നേ ഹം മുറിച്ചു മാറ്റുക, അത് മനസ്സിൽ ഉറപ്പിച്ചു പാച്ചു ജോയ് ബാർബർ ഷോപ്പിന്റെ പടിയിറങ്ങി.

സ്നേഹം എന്ന പദം, പാച്ചുവിൽ സമ്മിശ്ര വികാരങ്ങൾ ഉണർത്തി. താൻ ആരെയെങ്കിലും സ്നേഹിച്ചിരുന്നോ എന്ന ചോദ്യം പാച്ചു ജോ യ് സ്വയം ചോദിച്ചു. ചിന്താമണ്ഡലത്തിൽ ഉയർന്ന മുഖങ്ങളെ, പാച്ചു ജോയ് ഇങ്ങിനെ സ്നേഹവിവരപ്പട്ടികയിൽ വിലയിരുത്തി.

അപ്പൂപ്പൻ ഒരു സാമ്പത്തിക സ്രോതസ് സ്നേഹം പൂജ്യം.

അമ്മ ഒരു സാമ്പത്തിക സ്രോതസും, കൈത്താങ്ങും സ്നേഹം പൂജ്യം.

കൂട്ടുകാർ കാര്യലാഭത്തിനു സ്നേഹം പൂജ്യം.

ഭാര്യ വികാരശമനത്തിനു, പക്ഷെ അതിനിടയിൽ ഒരു ചെറിയ

സ്നേഹം.

മക്കൾ അറിയാതെ വന്നു സ്നേഹം പൂജ്യം.

അതായതു ജോയിടെ സ്നേഹഗ്രാഫിൽ അല്പമെങ്കിലും ഉയർന്ന വര, ഭാര്യയുടെ കാര്യത്തിൽ മാത്രമാണ്, അതും ചില സാഹചര്യങ്ങ ളിൽ, ജോയിടെ തന്നെ ചിന്തയിൽ, ലൈംഗിക ബന്ധത്തിൽ ഏർപ്പെടു മ്പോൾ മാത്രം.

താത്വികമായി ആലോചിച്ചു, തന്റെ സ്നേഹബന്ധം ഒരു അവയവ ത്തിൽ മാത്രമാണെന്നും അത് ഒഴിവാക്കിയാൽ പിന്നെ തന്നിൽ ഒരു സ്നേഹസാഹചര്യങ്ങളും നിലനിൽക്കില്ല എന്ന ഭ്രാന്തൻ ചിന്തയിലേ ക്കു ജോയിയെത്തി.

തുടർന്ന് വന്ന വെള്ളിയാഴ്ച രാത്രി അവശനിലയിൽ പാച്ചു ജോയി യെ പള്ളി സെമിത്തേരിയിൽ കണ്ടെത്തി. സ്വന്തം ലിംഗം, ഛേദിച്ചു ചോ ര വാർന്നു അവശനിലയിൽ ആയിരുന്നു അദ്ദേഹം. ആശുപത്രിയിൽ എ ത്തിച്ചെങ്കിലും, അതിനു മുൻപേ അദ്ദേഹം ഇല്ലുമിനാറ്റിയുടെയോ, മറ്റേ തിന്റെയോ ലോകത്തേക്ക് പറന്നു പോയിരുന്നു.

ആശയങ്ങൾ പങ്കു വെച്ച ബാർബർ സദാനന്ദൻ ഇപ്പോഴും കൺ ഫ്യൂഷനിലാണ്. അവശേഷിക്കുന്ന സ്നേഹം മുറിച്ചു മാറ്റാൻ പറഞ്ഞ പ്പോൾ, സ്വന്തം ലിംഗം മുറിച്ചു മാറ്റിയ ആ യുക്തി ഇതുവരെ സദാനന്ദ നു പിടികിട്ടിയിട്ടില്ല......അല്ലേലും പാച്ചു ജോയിയും ഇല്ലുമിനാറ്റിയും അ ല്ലേ... യുക്തിക്കെന്തു പ്രസക്തി എന്ന് കരുതി സദാനന്ദൻ നിശ്ശബ്ദനാ യി, അല്ലേൽ ഒരു പ്രേരണ കുറ്റത്തിനുള്ള സാധ്യത കൂടെ സദാനന്ദൻ മുൻകൂട്ടി കണ്ടു.

അല്ലേലും പാച്ചു ജോയിയുടെ യുക്തി, ജോയിക്കും നമ്മുക്കുമല്ലെ അറിയൂ .....എന്നാലും എന്റെ ഇല്ലുമിനാറ്റിയെ....

കുഴിവെട്ടുകാരൻ പ്രാഞ്ചി

കുരിശുപ്പള്ളിയുടെ കിഴക്കേഭാഗത്താണ് പള്ളി സെമിത്തേരി. വലു ത് വശത്തു മാർബിൾ കല്ലറകൾ, ഇടതു വശത്തു മൺകുഴികൾ. മാർ ബിൾ കല്ലറകൾ കാശുള്ളവരുടെ കുടുംബകല്ലറകളാണ്. മൺകുഴികൾ സാധാരണക്കാരന്റെയും, പാവപ്പെട്ടവന്റെയും.

പുതിയകല്ലറകളും കുഴികളും പെട്ടെന്നു തിരിച്ചറിയാനൊരു വഴി, പണ്ട് പ്രാഞ്ചി പറഞ്ഞുതന്നതോർക്കുന്നു. പൂക്കളും തിരികളും ചന്ദന ത്തിരികളും നോക്കിയാൽ അറിയാമത്രേ മരണപ്പെട്ടവരുടെ പഴക്കം. കൂ ടാതെ എവിടേലും റീത്തു ഉണ്ടേൽ അത് പുതിയ മരണങ്ങൾ ആയിരു ക്കുമത്രേ.

സെമിത്തേരിയുടെ മധ്യത്തിലുള്ള കപ്പേളക്ക് പിന്നിലുള്ള എല്ലും കു ഴി ഒരിക്കൽ തുറന്നു കാണിച്ചതും അവൻ തന്നെയാണ്. പുതിയതായി മരണപ്പെട്ടവർക്ക് വേണ്ടി കുഴി തികയാതെ വരുമ്പോൾ മുൻപ് മരിച്ചവ രുടെ കുഴി തുറന്നു, എല്ലും തലയോടുമൊക്കെ എടുത്തു ഈ കുഴി യിൽ ഇടും. മരിച്ചവരുടെ ക്രമം നോക്കിയാണ് ഈ കുഴി ഒഴിവാക്കൽ നടന്നിരുന്നത്.

ആദ്യമായി എല്ലും കുഴി കണ്ട അന്ന് രണ്ടു ദിവസം പനിച്ചെന്നാണ് ഓർമ്മ.

പറഞ്ഞു പറഞ്ഞു, പറയേണ്ടത് പറഞ്ഞില്ല, പ്രാഞ്ചിയെ പരിചയപ്പെ ടുത്തിയില്ല. പള്ളിയിലെ കുഴി വെട്ടുകാരൻ ലോനപ്പേട്ടന്റെ ഏക മകനാ ണ് പ്രാഞ്ചി,,എന്റെ അടുത്ത സുഹൃത്തും. അപ്പന്റെ ലേബലിൽ പള്ളി യിലും വിശിഷ്യ സെമിത്തേരിയിലും അവൻ പൂണ്ടു വിളയാടിയിരുന്നു.

കുഴി തുറക്കുമ്പോൾ അവന്റപ്പനും അവനും കണ്ട കാര്യങ്ങൾ, പല രുടെയും മരണ/ആത്മഹത്യാ കഥകൾ, പണ്ട് അവന്റെ അപ്പൂപ്പൻ ഏ തോ വ്യാധി പിടിച്ചു മരിച്ചവർക്കു വേണ്ടി പാതിരാവിലും കുഴി വെട്ടിയ ത്, കൂടെ പല പ്രേത കഥകളും അതിശയോക്തിയോടെ അവൻ ക്ലാ സ്സിൽ തട്ടി വിടും. ഇതെല്ലാം കേട്ട് അന്തം വിട്ടു പെൺകുട്ടികൾ ഉൾ പ്പെടെ, ഞങ്ങൾ കുട്ടികളും. ചുരുക്കം പറഞ്ഞാൽ പ്രാഞ്ചി ഒരു ഹീറോ

യായി വിലസിയിരുന്ന കാലം.

അവന്റെ അടുത്ത സുഹൃത്തെന്ന നിലയിൽ മറ്റാരോടും പറയാത്ത പലതും അവൻ എന്നോട് പറയുമായിരുന്നു. ശാസ്ത്രം പഠിപ്പിക്കുന്ന ബാബു മാഷെ അനുകരിച്ചു, അവൻ കുഴിവെട്ടു ശാസ്ത്രം ഒരു പണ്ഡി തനെ പോലെ പറയും. കുഴി മാന്തി തുടങ്ങേണ്ടത് എവിടുന്ന്, കുഴിയു ടെ ആഴത്തിലെ വ്യത്യാസങ്ങൾ, ശരീരം അഴുകി തുടങ്ങുന്നത് എന്ന് മുതൽ അങ്ങിനെ ഒരുപാട് കാര്യങ്ങൾ. ഇതെല്ലാം അവനു പാരമ്പര്യ മായി കിട്ടിയ അറിവുകളാണത്രെ.

എല്ലാ അറിവുകളുടെയും വിശദാംശങ്ങൾ ചോദിച്ചാൽ അവൻ ത ന്ത്രപൂർവം ഒഴിഞ്ഞു മാറും. ഈ അറിവുകൾ അതിന്റെ ആഴവും പരപ്പു മായി കൈമാറാൻ, സമയവും അറിവ് നല്കപ്പെടുന്ന വ്യക്തിയെയും നോക്കണമത്രെ.

എല്ലും കുഴിയെ കുറിച്ച് പറയുമ്പോൾ അവൻ കൂടുതൽ വാചാലനാ കും. കുഴി തുറക്കുമ്പോൾ അഴുകാതെ കിടക്കുന്ന എല്ലും തലയോടും നോക്കി, അന്ത്യവിധിയിൽ ആ വ്യക്തി സ്വർഗത്തിൽ പോവുമോ നരക ത്തിൽ പോവുമോ എന്നറിയാൻ കഴിയുമത്രെ. തലയോട് നോക്കി വ്യ ക്തിയുടെ ഭൂതം, ശരിയായ മരണകാരണം ഒക്കെ പറയാൻ ഒരു കുഴി വെട്ടിക്കാവുമെന്നാണ് അവന്റെ പക്ഷം.

നാട്ടിലെ ചില സാധാരണ മരണങ്ങൾ, കൊലപാതകങ്ങളും ആത്മ ഹത്യകളും ആയിരുന്നെന്നു അവൻ പറഞ്ഞെങ്കിലും ഞാൻ വിശ്വസി ച്ചില്ല. അവൻ പറഞ്ഞ ചില സൂചനകൾ വെച്ച് കാരണവന്മാരോട് അ ന്വേഷിച്ചപ്പോൾ പലതും അവൻ പറഞ്ഞ പോലെ ആവാൻ സാധ്യതയു ണ്ടെന്നു തോന്നി.

നാല് വർഷം മുൻപ് മരിച്ച വറീതേട്ടനെ... മക്കൾ സ്വത്തിന് വേണ്ടി വിഷം കൊടുത്തു കൊന്നതാണത്രെ, പക്ഷേ സംഭവം സാധാരണ മരണം ആയാണ് അറിയപ്പെട്ടത്.

അല്ലെന്നു പറഞ്ഞ എന്റെ മുന്നിൽ പ്രാഞ്ചി പ്രധാനമായും രണ്ട് തെളി വുകൾ നിരത്തി. അന്നത്തെ പഞ്ചായത്ത് പ്രസിഡണ്ട് പോസ്റ്റ് മോർട്ടം വേണ്ട എന്ന് വെപ്പിക്കാൻ മുൻകൈ എടുത്തു ഓടി നടന്നത്.

കൂടാതെ ആറു മാസത്തിനുള്ളിൽ വറീതേട്ടന്റെ മക്കൾ ചുളു വിലക്ക് അവരുടെ ഒരു സ്ഥലം പ്രസിഡന്റിനു വിറ്റത്.

സംഗതി കൂട്ടി വായിച്ചപ്പോ ഇവൻ പറഞ്ഞത് ശരിയാവാനുള്ള സാധ്യ ത എനിക്ക് തള്ളിക്കളയാൻ കഴിഞ്ഞില്ല.

വറീതേട്ടൻ മരിക്കുന്നതിന് ഒരു മാസം മുൻപ് ഹാർട്ട് അറ്റാക്ക് വന്നു

മരിച്ച ബെന്നി, ആത്മഹത്യ ചെയ്തതാണത്രേ. അതിനാലാണ് ഭാര്യ മേഴ്സി പോസ്റ്റ് മോർട്ടം വേണ്ട, എന്റെ ചേട്ടന് ഇത് മൂന്നാമത്തെ അറ്റാക്ക് ആണെന്ന്, ആവർത്തിച്ച് എണ്ണി പെറുക്കി കരഞ്ഞിരുന്നതെന്ന് അവൻ പറഞ്ഞപ്പോഴാണ് എനിക്ക് തിരിഞ്ഞത്.

മേഴ്സിയെയും അടുത്ത വീട്ടിലെ ഷാജുവിനെയും കാണാൻ പാടില്ലാത്ത സാഹചര്യത്തിൽ ബെന്നി കണ്ടെന്നും അതാണ് ആത്മഹത്യക്കു കാരണമെന്നും അവൻ പറഞ്ഞപ്പോൾ, അതിൽ ഒരു വാസ്തവമുണ്ടെന്നു എനിക്കും തോന്നി. ആണ്ടു തികഞ്ഞതിന്റെ പിറ്റേ ഞായറാഴ്ച മേഴ്സിയും ഷാജുവുമായുള്ള മനഃസമ്മതം നടന്നതും ഞാനോർത്തു. പാവപ്പെട്ട ഒരു കുടുംബിനിക്ക് ഒരു ജീവിതം കൊടുത്ത മഹാമനസ്കനായിരുന്നു അന്നുവരെ എനിക്ക് ഷാജു.

ഇത് കൂടെ കേട്ടപ്പോ, എനിക്ക് പ്രാഞ്ചിയോടുള്ള വിശ്വാസം കൂടി, ഇവൻ ഒരു സംഭവം ആണെന്ന് എനിക്ക് മനസ്സിലായി.

കമ്മ്യൂണിസ്റ്റ് ചിന്താഗതിക്കാരനായ പ്രാഞ്ചി മദ്യലഹരിയിൽ ഒരിക്കൽ എന്നോട് ഒരു ചോദ്യം ചോദിച്ചു, 'സ്വാഭാവികമായി ഏറ്റവും വലിയ കമ്മ്യൂണിസം നടക്കേണ്ടത് എവിടെയാണെന്നു നിനക്കറിയോ ?'

ഞാൻ പറഞ്ഞു. അറിയില്ല...

എന്റെ മുഖത്തു നോക്കി പിന്നെ ദുരേക്ക് നോക്കി പ്രാഞ്ചി പറഞ്ഞു അത് ഈ സെമിത്തേരിയിലാ, പാവപ്പെട്ടവനും പണക്കാരനും സാധാരണക്കാരനും മരിച്ചു മണ്ണിൽ ഒരു പോലെ കിടക്കേണ്ട സ്ഥലം. സമത്വ സാഹോദര്യ ഭൂമി, പക്ഷെ അവിടെയും കുത്തക ബൂർഷ്വാസികൾ കടന്നു കയറി കല്ലറയും, മാർബിൾ കല്ലറയും, കുടുംബ കല്ലറയും ആക്കി പണക്കാരന് പ്രത്യേക പദവിയും സ്ഥലവും നൽകി. പണം കിട്ടുന്ന ഏർപ്പാട് ആയതുകൊണ്ട് പള്ളിയും അതിനു കൂട്ട്. അല്ലേലും റഷ്യ മുതൽ ബൂർഷ്വാസിക്കെന്നും കൂട്ട് മതമേലധികാരികൾ തന്നെ.

സത്യം പറഞ്ഞാൽ ഇരുന്നിടത്തു നിന്നും എണീറ്റു ഞാൻ പ്രാഞ്ചിക്ക് കൈ കൊടുത്തു. ഇവന് ഈ അറിവും ചിന്തയും എല്ലാം എവിടുന്ന് കിട്ടുന്നു.

പ്രാഞ്ചി തുടർന്നു, ഒരു കുഴി വെട്ടുകാരൻ ഡോക്ടർക്കും, പോലീസുകാരനും, അധ്യാപകനും, രാഷ്ട്രീയക്കാരനും മേലെയാണ്.

അവന്റെ പരീക്ഷണശാലയായ സെമിത്തേരി നൽകുന്ന അറിവുകൾ ഒരു സർവ്വകലാശാലക്കും, പുസ്തകത്തിനും, അധ്യാപകനും നൽകാനാവില്ല.

എന്റെ യുക്തിക്കു നിരക്കുന്നതല്ല അവന്റെ പറച്ചിലുകൾ എങ്കിലും

പലതും എനിക്ക് അംഗീകരിക്കേണ്ടി വന്നു, അവന്റെ ഉദാഹരണങ്ങളിൽ പലതും അത്രയ്ക്ക് ശക്തമായിരുന്നു.

ഇതെല്ലാം പറഞ്ഞു അവൻ ഇടതു കണ്ണ് പകുതി അടച്ചു ഒരു ചിരി ചിരിക്കും, ഇതാണിവന്റെ ട്രേഡ് മാർക്ക് ചിരിയെന്നു എനിക്ക് പലപ്പോ ഴും തോന്നിയിട്ടുണ്ട്. ആരേലും അവനെ അംഗീകരിച്ചു എന്നവന് തോ ന്നിയാൽ ഉള്ളതാണ് ഈ ചിരി.

ഇതിനോട് ചേർത്ത് പറയണ്ടേ ഒന്ന്, കുഴി വെട്ടുകാരനെ മരണത്തി ലല്ലാതെ ആരും അംഗീകരിച്ചിരുന്നില്ല എന്നതായിരുന്നു ഒരു വാസ്ത വം. അതിന്റെ ഒരു കോംപ്ലക്സ് നമ്മുടെ പ്രാഞ്ചിക്കുണ്ടായിരുന്നു, അത് മദ്യപിച്ചാൽ ആണ് കൂടുതൽ പുറത്തു വരിക.

ഒരിക്കൽ എന്റെ നിർബന്ധത്തിന് വഴങ്ങി തലയോട് നോക്കി മരണ കാരണം പറയുന്ന വിദ്യ എന്നെ അവൻ പഠിപ്പിക്കാമെന്നേറ്റു. പ്രതിഫ ലമായി ഒരു മാസത്തെ അവന്റെ തണ്ണിയടി എനിക്ക് സ്പോൺസർ ചെ യ്യേണ്ടി വന്നു. എന്തിനും ഞാൻ തയ്യാറായിരുന്നു, ഈ അറിവ് ഞാൻ അത്രയ്ക്ക് ആഗ്രഹിച്ചിരുന്നു.

കർക്കിടകമാസത്തിലെ ഒരു അമാവാസി, അന്ന് സെമിത്തേരിയിൽ എത്തി വിദ്യാരംഭം നടത്താമെന്നായിരുന്നു പ്രാഞ്ചിയുടെ നിർദ്ദേശം. ഗുരുമൊഴികൾ അനുസരിച്ചു ഞാൻ അതിനു തയ്യാറായി. പക്ഷെ അവി ചാരിതമായി ചാക്കുവേട്ടൻ മരിച്ചതും, വിദേശത്തുള്ള മക്കൾക്ക് പെട്ടെ ന്ന് തിരിച്ചുപോവേണ്ടതുമായിരുന്നത് കൊണ്ടും അദ്ദേഹത്തിന്റെ കല്ലറ യുടെ പണി രാപകൽ നടന്നത് കൊണ്ടും നിശ്ചയിച്ച ദിവസം എന്റെ വി ദ്യാരംഭം നടന്നില്ല.

പിന്നെ കണ്ടപ്പോൾ പ്രാഞ്ചി കുറ്റബോധത്തിലായിരുന്നു, ചെയ്യാൻ പാടില്ലാത്തതു ചെയ്യാൻ ശ്രമിച്ചത് കൊണ്ടാണ് കാരണവന്മാർ അത് ത ടഞ്ഞത് എന്നായിരുന്നു പ്രാഞ്ചിയുടെ പക്ഷം. ഞാൻ എത്ര യുക്തി പറ ഞ്ഞിട്ടും അതിൽ നിന്നും മാറാൻ പ്രാഞ്ചി തയ്യാറായിരുന്നില്ല. മറ്റൊരു ദി വസം ആരംഭിക്കാം എന്ന് ഞാൻ എത്ര പറഞ്ഞിട്ടും, പ്രാഞ്ചി സമ്മതിച്ചി ല്ല. പിന്നെയും കുറെ നിർബന്ധിച്ചപ്പോൾ ആലോചിക്കട്ടെ, നോക്കാം എ ന്നോരൊഴുക്കൻ മറുപടി നൽകി പ്രാഞ്ചി സ്ഥലം കാലിയാക്കി.

രണ്ടു ദിവസം കഴിഞ്ഞപ്പോ ആരോ പറഞ്ഞറിഞ്ഞു, പ്രാഞ്ചിക്കും കുടുംബത്തിനും ചിക്കൻപോക്സ് ആണെന്ന്. കർക്കിടകത്തിലെ കോ രി ചൊരിയുന്ന മഴയത്തു ചിക്കൻ പോക്സ്. അതിലെന്തോ വിരോധാ ഭാസം എനിക്കും തോന്നി.

അസുഖം മാറി, പിന്നെ കണ്ടപ്പോൾ പ്രാഞ്ചി തീർത്തു പറഞ്ഞു അ

ത് കാരണവന്മാരുടെ ശിക്ഷ തന്നെ.പാരമ്പര്യത്തിന് ദോഷമാകുന്ന ഒ ന്നും ചെയ്യിക്കാതിരുന്നതിനു, ചാക്കുവേട്ടന്റെ ചാവിനു വരെ പ്രാഞ്ചി ന ന്ദി പറഞ്ഞു.

ഇനിയും പ്രാഞ്ചിയുടെ പിന്നാലെ നടന്നിട്ട് കാര്യമില്ലെന്നു തോന്നിയ ത് കൊണ്ട് ഞാനും ഇതെല്ലാം പതിയെ വിട്ടു.

വർഷങ്ങൾക്കിപ്പുറത്തു ഇന്ന് ഇതെല്ലാം ഓർക്കാൻ ഒരു കാരണമു ണ്ട്. അയൽപക്കത്തെ ദേവസ്സിച്ചേട്ടൻ മരിച്ചിട്ടു സെമിത്തേരിയിൽ കുഴി തയ്യാറാക്കാൻ വന്നതാണ് ഞാൻ, അതും പ്രവാസത്തിന്റെ ഇടയിലുള്ള രണ്ടു മാസത്തെ ലീവിൽ.

കുഴി വെട്ടുന്നതൊരു ബംഗാളി പയ്യൻ, വെയിലിന്റെയും പൊടിയുടെ യും ആവാം മുഖം മൊത്തം മറച്ചിരിക്കുന്നു. ആരുടെയോ കുഴി തുറ ന്നിട്ടു വേണം ദേവസ്സിച്ചേട്ടനു കുഴിയൊരുക്കാൻ.

ബംഗാളി കുഴി തുറന്നു തുടങ്ങി, കുഴി തയ്യാറാക്കാൻ വന്നവരോടൊ പ്പം ഞാനും കുഴിക്കരികെ നിന്നു. കുഴിയിൽ നിന്നും പറിച്ചു മാറ്റിയ കു രിശു അപ്പോഴാണ് ഞാൻ ശ്രദ്ധിച്ചത്.

അതിലെ പേര് മനപ്പറമ്പിൽ ലോനപ്പൻ മകൻ ഫ്രാൻസിസ് എന്റെ പ്രാഞ്ചി, പ്രാഞ്ചിയുടെ കുഴി ....

പ്രവാസത്തിനിടയിൽ ആരോ പറഞ്ഞു പ്രാഞ്ചിയുടെ മരണം ഞാൻ അറിഞ്ഞിരുന്നു.

പിന്നത്തെ അവധിക്കു നാട്ടിൽ എത്തിയപ്പോൾ, ആ മരണം കൊല പാതകമാണെന്നും, ആത്മഹത്യ ആണെന്നുമൊക്കെ പറഞ്ഞു കേട്ടി രുന്നു.

കുഴിച്ചു, കുഴിയുടെ അടിയിൽ എത്തിയപ്പോൾ തലയോടും, അഴു കാത്ത എല്ലുകളും. ബംഗാളി അത് വാരി മുകളിൽ വെച്ചു.

എന്തോ പ്രേരണയിൽ ഞാൻ മുന്നോട്ടു നടന്ന് പ്രാഞ്ചിയുടെ തല യോട് കയ്യിലെടുത്തു. കൂടെ വന്നവർ എന്നെ അതിശയത്തോടെയും, അറപ്പോടെയും നോക്കുന്നുണ്ട്. പക്ഷെ ഞാൻ ആരെയും കണ്ടില്ല.

പ്രാഞ്ചിയുടെ തലയോട് ഞാൻ തിരിച്ചും മറിച്ചും നോക്കി, അന്ന് ആ വിദ്യ എന്നെ പഠിപ്പിച്ചിരുന്നെങ്കിൽ നിന്റെ മരണം എനിക്ക് കൃത്യമായി അറിയാമായിരുന്നു പ്രാഞ്ചി.....

പെട്ടെന്നൊരിടിവെട്ടി, ശക്തിയായി മഴ പെയ്തു. എന്റെ കയ്യിലിരുന്ന തലയോട് വിറച്ചു. പെട്ടെന്നതിൽ മാംസവും തൊലിയും കണ്ണും മൂക്കും എല്ലാം വന്നു, എന്റെ കയ്യിൽ പ്രാഞ്ചിയുടെ തല ....

പെട്ടെന്ന് കുഴിയിൽ നിന്നും ബംഗാളി വിളിച്ചു.... വെയില് മാറിയ

പ്പോ, മഴ വെള്ളം വീണു പൊടിയൊതുങ്ങിയപ്പോ അവൻ മുഖത്തെ തുണി മാറ്റിയിരിക്കുന്നു. അവൻ, അല്ല അവനും പ്രാഞ്ചിയുടെ അതെ മുഖം.

കയ്യിൽ പ്രാഞ്ചിയുടെ തല, കുഴിയിൽ പ്രാഞ്ചി... പെട്ടെന്ന് കയ്യിൽ ഇരുന്ന പ്രാഞ്ചിയുടെ തല ഇടതു കണ്ണ് പകുതി അടച്ചു ഒരു ചിരി ചിരിച്ചു. അടുത്ത ഇടിമിന്നലിൽ പ്രാഞ്ചിയുടെ കുഴിയിലേക്ക് ഞാനും മറിഞ്ഞു വീണു.... അപ്പോൾ കുഴിക്കു മുകളിൽ പ്രാഞ്ചി മണ്ണ് വെട്ടിയിട്ടു തുടങ്ങിയിരുന്നു......

ടോമിച്ചൻ തനി നാടൻ

യാതൊരു സവിശേഷതയും ഇല്ലാത്ത ഒരു നാടൻ തെരുവുനായ....
ഒരു തലമുറയിലും ഒരു സങ്കരവും അവകാശപ്പെടാനും ആരോപിക്ക
പ്പെടാനും ഇല്ലാത്ത ഒരു പാവം ശ്വാനൻ, അതാണ് ടോമി.

എങ്കിലും ഇന്ന് പലരും, ഉള്ളതും ഇല്ലാത്തതും സ്വന്തം പേരിൽ പറ
യുന്നത് കൊണ്ട് മാത്രം... ടോമി പണ്ട് യുധിഷ്ഠിരനെ അവസാനം വ
രെ അനുഗമിച്ച (മഹാപ്രസ്ഥാനത്തിൽ) നായയുടെ പരമ്പരാവകാശിയാ
ണെന്ന് നമുക്ക് പറയാം.

ടോമിക്ക് ആരാണീ പേർ നൽകിയതെന്ന് തീർത്തും അജ്ഞാതമാ
യിരുന്നു, പക്ഷെ ചെറിയ പിരിയുള്ള ശങ്കരന്റെ സന്തത സഹചാരിയാ
യതു കൊണ്ട് ശങ്കരനാണ് അവന്റെ തലതൊട്ടപ്പനെന്നു പലരും വിശ്വ
സിച്ചു പോരുന്നു.

വലിയ പിരിയുള്ള പലരും നോർമൽ ആണെന്ന് കരുതി ജീവിക്കു
ന്ന കാലത്തു, ചെറിയ പിരിയുള്ള ശങ്കരനെ കുറിച്ച് പറയാതെങ്ങ
നാ..........ശങ്കരൻ ഉപദ്രവകാരിയല്ല, ആരോടും മിണ്ടില്ല, സംസാരിക്കുന്ന
ത് ടോമിയോട് മാത്രം....... വേദനയായാലും ദേഷ്യമായാലും എന്തിനു
പഴയ നഷ്ടപ്രണയമായാലും, ശ്രോതാവ് ടോമി മാത്രം......

ശങ്കരന്റെ കാലം വരെ ടോമി മര്യാദക്കാരനായിരുന്നു, ഉപദ്രവം ഒന്നും
ഇല്ല.... അത് പറഞ്ഞപ്പോ ശങ്കരന്റെ മരണത്തെ കുറിച്ച് പറയണ്ടേ......

പുഞ്ചപ്പാടത്തിനു നടുക്കുള്ള ശീവേലി തോട്ടിൽ പലരാത്രികളിലും
മീൻപിടിക്കാൻ പോവുന്ന ശീലം ഉണ്ട് ശങ്കരന്.......ചെറിയൊരു വീശുവ
ലയും കൊണ്ടാണ് പോക്. കൂട്ടിന് നമ്മുടെ ടോമിയും കാണും.....

ഇത്രയൊക്കെ ആയ സ്ഥിതിക്ക് ഇനി ശീവേലി തോട്ടിനെകുറിച്ചു
കൂടി പറയാം..........തെക്കേക്കരയിലെ ദേവിയുടെ തേർവാഴ്ചയുള്ള വ
ഴിയാണത്രെ ഈ തോട്ടുങ്കര. അസമയത്തു ആ വഴി പോയ പലരും പ
ലവെളിച്ചവും ശബ്ദങ്ങളും കണ്ടു പേടിക്കുകയും ദിവസങ്ങളോളം പനി
പിടിച്ചു കിടക്കുകയും ചെയ്തിട്ടുണ്ടത്രെ.

വർഷങ്ങൾക്ക് മുൻപ് പൊക്കത്തെ മിനിക്കൊച്ചിന്റെ ശവം പൊന്തി

യതും ഈ തോട്ടിലാ..... അതും ഒരു പുലർച്ചക്കു..... കാര്യകാരണം ആർ
ക്കും അറിയില്ലായിരുന്നു..... പോസ്റ്റുമോർട്ടം കഴിഞ്ഞപ്പോഴാണ് കൊച്ചു
മൂന്നുമാസം ഗർഭിണിയായിരുന്നു എന്നറിഞ്ഞത്.....

കല്യാണം കഴിക്കാത്ത ഒരു പെൺകൊച്ചു ഗർഭിണിയാണെന്നറിയു
കയും ആ കൊച്ചു ആത്മഹത്യ ചെയ്യുകയും ചെയ്താൽ ഒരു ഗ്രാമ
ത്തിൽ ഉണ്ടാവുന്ന പുകിലുകൾ അറിയാല്ലോ..... കൊച്ചിന്റെ അച്ഛൻ മു
തൽ കോളേജിൽ പഠിപ്പിക്കുന്ന അദ്ധ്യാപകൻ വരെ പരദൂഷണക്കാരു
ടെ പ്രതിപ്പട്ടികയിൽ വന്നു.

സംഭവം നാറ്റക്കേസായതു കൊണ്ടും, മിനിക്കൊച്ചിനു താഴേ രണ്ടു
പിള്ളേരുള്ളത് കൊണ്ടും കേസുമായി മുന്നോട്ടൊന്നും വീട്ടുകാർ പോ
യില്ല...... ആത്മഹത്യാ ലേബലിൽ അവസാനിപ്പിച്ചു......ആത്മഹത്യയാ
യതു കൊണ്ട് തന്നെ സെമിത്തേരിയിൽ അല്ല, തെമ്മാടിക്കുഴിയിലാണ്
മിനിക്കൊച്ചിനെ അടക്കിയത്.......

വെള്ളത്തിൽ മുങ്ങി മരിച്ച ഗർഭിണിയുടെ ആത്മാവ് ജലയക്ഷിയാ
യി തിരിച്ചുവരുമെന്ന് ലോക്കൽ മന്ത്രവാദി ചാത്തൻ അഭിപ്രായപ്പെട്ടെ
ങ്കിലും, പൂജയുടെ പേരിൽ കാശ് തട്ടാനുള്ള ഒരടവായി അതിനെ വ്യാ
ഖ്യാനിച്ചു മിനിക്കൊച്ചിന്റെ വീട്ടുകാർ തള്ളി കളഞ്ഞു.

അങ്ങിനെ എല്ലാം കൊണ്ടും ഒരു ഭീകരത നിറഞ്ഞ ഈ ശീവേലി
തോട്ടിൽ സന്ധ്യക്കും അസമയത്തുമൊക്കെ മീൻ പിടിക്കാൻ പോകും
നമ്മുടെ ശങ്കരനും ടോമിച്ചനും....

ഒരിക്കൽ ഒരു സന്ധ്യക്ക് മീൻ പിടിക്കാൻ പോയ ശങ്കരൻ, തന്നെ
പാമ്പു കടിച്ചു എന്നലറി പറഞ്ഞു വന്നു, കൂടെ വല്ലാതെ കുരച്ചുകൊ
ണ്ട് ടോമിയും. പറഞ്ഞത് ശങ്കരനായത് കൊണ്ട് ആരും അത് ഗൗരവ
ത്തിലെടുത്തില്ല. പലരോടും പറഞ്ഞു തളർന്ന ശങ്കരൻ തന്റെ പതിവു
സ്ഥലത്തു പോയിരിക്കുകയും, പിറ്റേന്ന് രാവിലെ മരിച്ചു നീലച്ചു കാ
ണപ്പെടുകയും ചെയ്തു.ശങ്കരനെ രക്ഷിക്കാൻ, പലരെയും നോക്കി ടോ
മി കുരച്ചെങ്കിലും, അവന്റെയുള്ളിലുള്ളതു കാണാൻ ആർക്കുമായില്ല.

ശങ്കരനെ അടക്കിയിടത്തു ദിവസങ്ങളോളം ടോമി കിടന്നു, ഒരു തു
ള്ളി വെള്ളം പോലും കുടിക്കാതെ.

പിന്നീട് ആരോ അവിടന്ന് ഓടിച്ചു വിട്ടപ്പോൾ ഒരവകാശം പോലെ
അവരുടെ പഴയ സ്ഥലം ടോമി കയ്യേറി. പിന്നെ പലരും കൊടുക്കുന്ന ഭ
ക്ഷണവും, വെള്ളവും ഒക്കെ കഴിച്ചു അവനാ നാൽക്കവലയുടെ കാ
വൽക്കാരനായി, അവിടത്തെ പിള്ളേർ വിളിച്ചു വിളിച്ചു ടോമി പിന്നെ
ടോമിച്ചനായി.

അവരുടെ പഴയസ്ഥലം എന്ന് പറഞ്ഞത്, പാരത്തോമയുടെ കാട് പി ടിച്ചു കിടക്കുന്ന വീടിന്റെ ഇറയമാണ്.

അയ്യോ പാരതോമയെ പരിചയപ്പെടുത്തിയില്ലാലോ. ആയകാലത്തു നാട്ടുകാർക്ക് മുഴുവൻ പാര വെച്ച് വെച്ചാണീ പേരുണ്ടായത്, ആർക്കും കണ്ടുകുടാൻ പാടില്ലാത്തൊരു ജന്മം.

അങ്ങേർക്കു മരിക്കാൻ കിടക്കുന്ന നേരത്തു ഒരു വീണ്ടുവിചാരം ഉണ്ടാ യി പോലും. അതിൻപ്രകാരം മരിക്കാൻ നേരത്തു മക്കളെയും ഭാര്യയെ യും വിളിച്ചു പറഞ്ഞത്രേ, ഞാൻ ഈ പാരവെപ്പു കൊണ്ട് എല്ലാവരെ യും വെറുപ്പിച്ചു, ആർക്കും എന്നോട് സ്നേഹമില്ല. അത് കൊണ്ട് മരി ച്ചു കഴിഞ്ഞാൽ എല്ലാർക്കും ഞാൻ ഒരു പാഠമാവാൻ, ആരും എന്നെ പോലെ ഇനിയാവാതിരിക്കാൻ, എന്റെ ശവത്തിന്റെ നെഞ്ചത്ത് ഒരു പാ ര കുത്തി വെക്കണമെന്നും, അത് കാണുന്നവർ കാരണം ചോദിക്കു മ്പോൾ ഇതെല്ലും പറയണമെന്നും പറഞ്ഞത്രേ.

പക്ഷെ സംഭവം വലിയ ഒരു ട്വിസ്റ്റ് ആയി. തോമ മരിച്ചു, മക്കൾ നെ ഞ്ചത്ത് പാര കുത്തിവെച്ചു. ഓടിക്കൂടിയവർ തോമയെ മക്കളും ഭാര്യ യും കൂടെ പാര കൊണ്ട് കുത്തിക്കൊന്നു എന്ന് കരുതി പോലീസിൽ അറിയിച്ചു.

അപ്പന്റെ അവസാനാഗ്രഹം നടത്തി കൊടുത്ത ഭാര്യയെയും മക്ക ളെയും കൊലക്കുറ്റം ചുമത്തി പോലീസ് കൊണ്ട് പോയി.... അങ്ങിനെ മരണത്തിൽ വരെ കൊടുംപാരയായിരുന്നു മേൽപ്പറഞ്ഞ നമ്മുടെ പാര ത്തോമ.

അനാഥമായി കിടന്ന ഈ വീട്ടുമുറ്റമായിരുന്നു ടോമിച്ചന്റെ വാസ സ്ഥലം.

അങ്ങിനെ ഇരിക്കെ തെക്കേലെ ബെന്നി, പത്താം ക്ലാസ് റിസൾട്ട് നോക്കാൻ പോവാൻ കവലയിൽ വന്നു. പള്ളിയിലും കപ്പേളയിലും തി രി കത്തിച്ചു വെച്ചും നേർച്ചപെട്ടിയിൽ നേർച്ച ഇട്ടും കഴിഞ്ഞപ്പോ, ബെ ന്നി ഒരു പാക്കറ്റ് ബിസ്ക്കറ്റ് ടോമിക്കും വാങ്ങി കൊടുത്തു. ബിസ്ക്കറ്റ് കഴിച്ചു കഴിഞ്ഞ ടോമിയോട് ബെന്നി ചോദിച്ചു ഞാൻ ജയിക്കോ, ടോ മിച്ചാ ....

ടോമിച്ചൻ ബെന്നിയെ നോക്കി രണ്ടു കുര. അതൊരു ശുഭ സൂചിക യായി ബെന്നി സ്കൂളിൽ പോയി. റിസൾട്ട് വന്നപ്പോ ജയിക്കാൻ നൂ റിൽ രണ്ടു ശതമാനം വരെ സാധ്യത ഇല്ലാത്ത ബെന്നി ജയിച്ചിരിക്കു ന്നു അതും സെക്കന്റ് ക്ലാസ്സിൽ.

ഈ സംഭവം നാട്ടിൽ ഒരു കാട്ടുതീ പോലെ പടർന്നു, അതിന്റെ തു

ടർച്ച താഴെ പറയുന്നു.

അതിർത്തി കേസിൽ വിധിയുടെ അന്ന് റപ്പായി ചേട്ടൻ ടോമിക്ക് ഭ ക്ഷണം കൊടുത്തു, കേസ് ജയിക്കുമോ എന്ന് ചോദിച്ചു. ടോമി ഒരു കുര. കേസ് റപ്പായി ചേട്ടൻ തോറ്റു.

പി എസ് സി ടെസ്റ്റ് എഴുതാൻ പോയ ജോമോൻ റാങ്ക് ലിസ്റ്റ് വരുന്ന അന്ന് ടോമിക്ക് ഭക്ഷണം കൊടുത്തു, റാങ്ക് ലിസ്റ്റിൽ പേര് വരുമോ എ ന്ന് ചോദിച്ചു. ടോമി രണ്ടു കുര. റാങ്ക് ലിസ്റ്റിൽ പേര് വന്നു.

ലോൺ അപ്ലിക്കേഷൻ കൊടുത്തിട്ടു ജേക്കബ് ചേട്ടൻ ടോമിക്ക് ബി സ്ക്കറ്റ് വാങ്ങി കൊടുത്തു, ലോൺ കിട്ടുമോ എന്ന് ചോദിച്ചു. ടോമി രണ്ടു കുര. ലോൺ പാസ്സായി.

മേൽപറഞ്ഞ സംഭവങ്ങൾ ടോമിച്ചന് നാട്ടിൽ ഒരു ദൈവീക പരിവേ ഷം ഉണ്ടാക്കി കൊടുത്തു. ദിനംപ്രതിയെത്തുന്ന സന്ദർശകരുടെ എണ്ണം കൂടിയപ്പോൾ, അതിൽ ഒരു ബൗദ്ധിക ലാഭം കണ്ടു ടോമിച്ചനെ തന്റെ കടയുടെ മുന്നിലേക്ക് ബേക്കറി നടത്തുന്ന ഡേവിസ് പതിയെ മാറ്റി. അ ടുത്തുള്ള ഡേവിസിന്റെ തന്നെ ഹോട്ടലിൽ നിന്നും കൃത്യമായി ഭക്ഷ ണം വരുന്നത് കൊണ്ടും, കിടപ്പിനായി ഡേവിസ് ഒരു കൂടു പണിതു ന ല്കിയതിനാലും ടോമിച്ചന് ഇതിൽ വലിയ എതിർപ്പൊന്നും ഉണ്ടായിരു ന്നില്ല.

പതിയെ പതിയെ ടോമിച്ചൻ സ്റ്റാറായി, ആ നാട് പോലും ടോമിച്ച ന്റെ പേരിൽ അറിയപ്പെടാൻ തുടങ്ങി. രണ്ടു വർഷത്തോളം ടോമിച്ചൻ ഒ രു ദിവ്യനായി തുടർന്നു. ഡേവിസിനെ പോലെയുള്ളവർ അതിന്റെ ഗു ണങ്ങളും കൈപ്പറ്റി.

മേൽപറഞ്ഞ കാലയളവിനു ശേഷം, പ്രായാധിക്യം നിമിത്തം ടോമി ച്ചൻ ചത്തു. ദിവ്യനായത് കൊണ്ടും ആ മരണത്തിലും ഒരു കച്ചവട സാ ധ്യത കണ്ട് ഡേവിസ് അതിനെ ഒരു വിശുദ്ധ മരണം ആക്കുകയും, ടോ മിച്ചന്റെ ദേഹം മുഴുവൻ ബഹുമാനത്തോടെ സംസ്കരിക്കേണ്ടതിന്റെ ആവശ്യകത പള്ളി കമ്മിറ്റിയെ അറിയിക്കുകയും ചെയ്തു. ഡേവിസി ന്റെ ലോക്ക് എങ്ങോട്ടാണെന്നറിഞ്ഞ പള്ളി കമ്മിറ്റി, ഒരു പടി കൂടെ കട ന്നു ടോമിച്ചൻ കിടന്നിടത്തു ഒരു കപ്പേള പണിയാനും അവിടെ ഒരു കാ ണിക്കവഞ്ചി വെക്കാനും തീരുമാനിച്ചു.

കാര്യങ്ങൾ ഇങ്ങിനെ ശടപടെ എന്ന് നടക്കുമ്പോളാണ്, ഡേവിസി ന്റെ ബിസിനസ് എതിരാളി ഉണ്ണികൃഷ്ണന് ഈ കഥയുടെ പോക്ക് ക ത്തിയത്. ടോമിച്ചനിൽ നിന്നും പരമാവധി ഊറ്റി ഇനി മരണത്തിലും ലാ ഭം ഉണ്ടാക്കാനുള്ള ഡേവിസിന്റെ പരിപാടി അടിമുടി തകർക്കണമെന്നു

ഉണ്ണികൃഷ്ണൻ തീരുമാനിച്ചു. ഒന്നും നോക്കിയില്ല നേരെ അമ്പല ക മ്മിറ്റിയിലേക്കു വെച്ചടിച്ചു, ടോമിച്ചന്റെ വാണിജ്യ സാദ്ധ്യതകൾ വിവരി ച്ചു.

പേര് ടോമിച്ചൻ എന്നായതു കൊണ്ട് എന്ത് ചെയ്യും എന്ന പലരുടെ യും ചോദ്യത്തിന് നമ്മുടെ ശങ്കരന്റെ അല്ലെ നായ, ഉടമസ്ഥൻ ഹിന്ദു ആണേൽ, നായയും ഹിന്ദു ആകേണ്ടേ എന്ന ലോക തത്വം ഉണ്ണികൃഷ് ണൻ പറഞ്ഞു.

ഒന്നും ആലോചിച്ചില്ല, ഒരു പുണ്യ്യാളനെ കിട്ടാൻ പള്ളി കമ്മിറ്റിയും, ഒരു പ്രതിഷ്ഠയെ കിട്ടാൻ അമ്പല കമ്മിറ്റിയും സജീവമായി രംഗത്തിറ ങ്ങി. ടോമിച്ചനെ മാർബിൾ കല്ലറയിൽ അടക്കണമെന്ന് പള്ളി കമ്മിറ്റി യും, ചന്ദന മുട്ടി വെച്ച് ദഹിപ്പിച്ചു ചിതാ ഭസ്മം ഗംഗയിൽ ഒഴുക്കണമെ ന്നു അമ്പല കമ്മിറ്റിയും.

കളി മാറി കാര്യമായി, നാട്ടിൽ ആളുകൾ ചേരി തിരിഞ്ഞു, അടിപി ടി, പോലീസ് കേസ്, കോടതിയിൽ സ്റ്റേ. മാധ്യമങ്ങളിൽ ടോമിച്ചൻ സ്റ്റാർ ആയി, പല മീഡിയകളും ലൈവ് ചെയ്തു.

ടോമിച്ചന്റെ പ്രശസ്തി പിന്നെയും കൂടിയത് കൊണ്ട് വിട്ടു കൊടു ക്കാൻ ഇരുപക്ഷവും തയ്യാറായില്ല. കേസ് വാദവും വിചാരണയും മൂലം കൂടുതൽ നീളുമെന്നുള്ളത് കൊണ്ട്, ടോമിച്ചന്റെ മൃതദേഹം മോർച്ചറി യിലേക്ക് മാറ്റാൻ കോടതി ഉത്തരവായി.

ദിവസങ്ങൾ കഴിയുംതോറും സംഗതി കൂടുതൽ വഷളായി.....മോർ ച്ചറിയിലെ ടോമിച്ചനായി കപ്പേളയും പ്രതിഷ്ഠയും ഒരുങ്ങി കൊണ്ടിരു ന്നു. കച്ചവട താൽപര്യക്കാർ ഇരു പക്ഷത്തും എരി കേറ്റികൊണ്ടിരുന്നു.

ഒരു വേള കോടതി വിധി എതിരായാൽ നേരിടാൻ, കായിക ശക്തി യും, ആയുധങ്ങളും ഇരു പക്ഷവും മത്സരിച്ച് ശേഖരിച്ചു.ടോമിച്ചൻ നാ ട്ടിൽ ഒരു ആഭ്യന്തര കലാപത്തിന് കാരണമാവുമെന്ന അവസ്ഥയായി.

പ്രശ്നപരിഹാരത്തിനായി മന്ത്രിതലത്തിൽ സമ്മേളനങ്ങൾ പലവ ട്ടം നടന്നു. അവസാനം ടോമിച്ചന്റെ മൃതശരീരം കൊണ്ട് വന്ന്, അവിടെ ഒരു സമാധാന യോഗം നടത്താനും, അതിൽ ഉരുത്തിരിഞ്ഞു വരും വി ധം ടോമിച്ചന്റെ സംസ്കാരം നടത്താനും തീരുമാനിച്ചു.

സമാധാന യോഗത്തിന്റെ തിയതി നിശ്ചയിച്ചു. തീരുമാനം തങ്ങൾ ക്കെതിരാണെങ്കിൽ ഉടനെ ഒരാക്രമണം നടത്താൻ വേണ്ട ആയുധങ്ങ ളും സന്നാഹങ്ങളും ആയാണ് രണ്ടു പക്ഷവും എത്തിയത്.

അലങ്കരിച്ച വേദിയിൽ സർവ്വ ബഹുമതികളോടെയും ടോമിച്ചന്റെ മൃ തശരീരം കിടത്തി. മൃതശരീരം കാണാൻ കിലോമീറ്ററുകൾ നീണ്ടക്യൂ.

ഒരു വശത്തു സമാധാനയോഗം, മറു വശത്തു പൊതുദർശനം. സമാധാനയോഗം പതിയെ പതിയെ അസമാധാനയോഗവും, വെല്ലുവിളിയും തെറി വിളിയും, പതിയെ കയ്യാങ്കളിയും ആയി മാറി. ഇരു പക്ഷവും ആയുധങ്ങൾ എടുത്തു തുടങ്ങിയപ്പോളാണ് തെളിഞ്ഞ ആകാശത്തു നിന്നും ഒരു വെള്ളിടി വെട്ടിയത്.

തെളിഞ്ഞ ആകാശത്തു പൊടുന്നനെ കാർമേഘം നിറഞ്ഞു, പെട്ടെന്ന് തുള്ളിക്കൊരു പേമാരി കണക്കെ ആകാശത്തു നിന്നും മഴ തുടങ്ങി. അന്ന് മുതൽ നാല് ദിവസം തുടർച്ചായി മഴ പെയ്തു, വെള്ളം പൊങ്ങി പ്രളയമായി. ആളുകളെ പലരെയും അടുത്ത ഗ്രാമങ്ങളിലേക്ക് മാറ്റി പാർപ്പിച്ചു. ബദ്ധ ശത്രുക്കളായ ഡേവിസിന്റെയും ഉണ്ണിക്കൃഷ്ണന്റെയും കുടുംബങ്ങൾ ഒരേ മുറിയിൽ കഴിഞ്ഞു, ഒരേ ക്യൂവിൽ നിന്ന് ഭക്ഷണം വാങ്ങി കഴിച്ചു. സർവ്വത്ര ശാന്തി.

നാല് ദിവസത്തിന് ശേഷം മഴ മാറി, വെള്ളമിറങ്ങി......ടോമിച്ചന്റെ ശരീരവും, പുതിയതായി പണി തുടങ്ങിയ കപ്പേളയും, പ്രതിഷ്ഠയും ആ മലവെള്ളപ്പാച്ചിൽ കൊണ്ട് പോയി......നാടും മനസും കഴുകി വെടിപ്പാക്കി ആ പ്രളയകാലം.....

പാപം പെരുകിയപ്പോൾ നോഹയുടെ കാലത്തുണ്ടായ പ്രളയത്തെ ഓർത്തു ഡേവിസും കൂട്ടരും, ദ്വാരകയുടെ അവസാന കാലത്തെ കുറിച്ചോർത്തു ഉണ്ണിക്കൃഷ്ണനും ചങ്ങാതിമാരും, മുമ്പത്തെ പോലെ 'മനുഷ്യരായി' ജീവിച്ചു.

ഷേക്സ്പിയർ ജീവിതം പറയുമ്പോൾ

അയാളുടെ വയസ്സിനെക്കാളും ഇരുപതു വർഷം കുറയും ഈ ലൈബ്രറിക്ക്. ബിരുദധാരിയായ ഒരു യുവാവിൽ നിന്നും, കാമുകനും, ഭർത്താവും, അച്ഛനും, മുത്തച്ഛനുമായുള്ള അയാളുടെ വളർച്ച സ സൂക്ഷ്മം നോക്കി കണ്ടതും ഇവിടത്തെ ഇരിപ്പിടങ്ങളും ഗ്രന്ഥങ്ങളും ആവാം.

പുസ്തകങ്ങളെ വേർതിരിച്ചു, അതിൽ തന്നെ, ഗ്രന്ഥകർത്താവിന്റെ പുസ്തകങ്ങളെ വേർതിരിച്ചു വെച്ചിരിക്കുന്ന ഈ ഗ്രന്ഥശാലയിൽ അ യാൾക്കിഷ്ടം, 'ക്ലാസ്സിക് ഇംഗ്ലീഷ് വില്യം ഷേക്സ്പിയർ', എന്ന വിഭാ ഗം ആയിരുന്നു.

ഒന്നിനുമല്ലെങ്കിലും, തന്റെ ജീവിതം ഓരോ ഘട്ടത്തിലും, ഷേക്സ് പിയർ കഥാപാത്രങ്ങളുമായി ബന്ധപ്പെട്ടതാണ് എന്ന് അയാൾക്ക് കു റെ കാലമായി തോന്നാറുണ്ട്.

അച്ഛൻ നഷ്ടപ്പെട്ട ബാല്യത്തിൽ, അമ്മക്ക് കൂട്ടായി വന്ന ഓരോ പു രുഷനിലും തന്റെ അച്ഛന്റെ ഘാതകരെ തേടിയിരുന്നു എന്ന സത്യം. സ്കൂളിലും കവലയിലെ കടയിലും അടക്കി പിടിച്ച സംസാരത്തിൽ ആരോ ഇല്ലാതാക്കിയ എന്റെ അച്ഛനെ ഞാൻ പലവട്ടം സ്വപ്നം കണ്ടി രുന്നു. പിന്നെ എന്നോ വായിച്ച ഹാംലെറ്റിന് എന്റെ അതെ ചിന്ത, അ തെ മാനസികാവസ്ഥ.

കൂട്ടുപ്രതി അമ്മയാണെന്ന് അറിഞ്ഞപ്പോൾ, മനഃസാക്ഷി കോടതി യിൽ ആ ജെർട്രൂഡിനെ എരിയാൻ വിട്ടിട്ടു പടിയിറങ്ങിയതും പഴംകഥ. ജെർട്രൂഡിന്റെ അതെ വിധി, ഒരു വിഷ കുപ്പിയിൽ ജീവിതം തീർത്തു എന്നാണ് പിന്നെ എന്നോ അറിഞ്ഞത്.

കിംഗ് ലിയറിലെ, എഡ്മണ്ട് ആയി പിന്നെ അലച്ചിൽ, സത്യം മറച്ച്.

അഭയമായ യജമാനൻ ഷൈലോക്കിന്റെ പുനർജന്മം ധനത്തിലും കർമ്മത്തിലും. ഒടുവിൽ മാക്ബത്തിനെ പോലെ നേടിയെടുത്ത സ്വപ് നങ്ങൾ, ഓടയിൽ ചവിട്ടി താഴ്ത്തിയ യജമാനന്റെ മുഖത്തിനു ഡങ്കൻ രാജാവിന്റെ അതെ ഛായ.

കൂട്ട് നിന്ന ലേഡി മാക്ബത്ത്, അയാളുടെ മകളും, പിന്നെ എന്റെ വാമഭാഗവും ആയി. വർഷങ്ങൾക്കൊടുവിൽ അവൾ ഭ്രാന്തിന്റെ ചിറ കിൽ മരണത്തെ പുൽകിയതും, വിധിയുടെ ഷേക്സ്പീരിയൻ വേർഷൻ ആവാം.

പിന്നിൽ നിന്നും കുത്താൻ, ഒരിക്കൽ കുഴിച്ചു മൂടിയത് മാന്തി എടു ക്കാൻ, ആത്മസുഹൃത്ത്. അവനിലെ രഹസ്യത്തിനു വിലപറഞ്ഞു, ആ ബ്രൂട്ടസിനേം ഉറക്കി, ഒരിക്കലും ഉണരാത്ത ഉറക്കം. പിറകിൽ നിന്നും കുത്തേൽക്കുമ്പോ അവൻ പറഞ്ഞിരിക്കും യു ട്ടൂ......

നേടിയ പ്രൗഢിയിൽ, മക്കൾക്കും മരുമക്കൾക്കും രാജാവായിരുന്നു താൻ ഒരു കിംഗ് ലിയർ. സ്വത്തെന്ന പിടി വള്ളി പോയാൽ താൻ ആ രും അല്ലാതാവുമെന്നു അയാൾക്കറിയാം, അതിനാൽ തന്നെ ആർക്കും പിടി കൊടുത്തില്ല ഇത് വരെ.

ഈ അറുപത്തഞ്ചാം പിറന്നാൾ, മക്കൾ ഒരുക്കിയ ആഘോഷം, ത നിക്കു പ്രിയപ്പെട്ടതെല്ലാം ഒരുക്കി അവർ കാത്തിരിക്കുന്നു. അയാൾ എ ഴുന്നേറ്റു പതിയെ വീട്ടിലിലേക്കു നടന്നു.

അപ്പോൾ അയാളെ നോക്കി കിംഗ് ലിയർ ചിരിച്ചു, മാക്ബത്ത് ചിരി ച്ചു, ഹാംലെറ്റ് ചിരിച്ചു. കാരണം ഗോണേറിലും റീഗനും അയാൾക്കാ യി കാത്തിരിക്കുന്നു. വിഷത്തിന്റെ രഹസ്യകൂട്ട് ഒരുക്കി വെച്ച് .... അ യാളുടെ സാമ്രാജ്യം പങ്കിട്ടെടുക്കാൻ..........

തോമൻകുട്ടി എന്ന പശൂമ്പ

കണ്ണിൽ സൂര്യവെളിച്ചം അടിച്ചപ്പോളാണ് ലോനപ്പേട്ടൻ എണീറ്റത്.

കണ്ണ് തിരുമ്മി, പഴയ 'നോക്കിയ' ഫോൺ എടുത്തു സമയം നോ ക്കിയ ലോനപ്പേട്ടൻ ഞെട്ടിപ്പോയി, സമയം ഏഴര. എന്നും രാവിലെ അ ഞ്ചു മണിക്ക് എണീറ്റ് പശുവിനെ കറക്കാറുള്ള ഞാൻ, അരിശത്തോടെ ലോനപ്പേട്ടൻ ഇന്നലെ തീർത്ത ജവാന്റെ കുപ്പിയിലേക്ക് നോക്കി.

അടി വല്ലപ്പോഴും ഉള്ളുവെങ്കിലും, അടിച്ചാൽ കുപ്പി തീരുന്ന വരെ. അതാണ് ലോനപ്പേട്ടന്റെ ലൈൻ.

ഉറക്കത്തിൽ നഷ്ടപ്പെട്ട ഉടുതുണി വാരി ചുറ്റി, ചുമരിലിരിക്കുന്ന ഈ ശോയുടെ രൂപത്തിലേക്കും പിന്നെ അടിയിൽ മാല ഇട്ടു വെച്ചിരിക്കുന്ന മറിയേടെ പടത്തിലേക്കും മാറി മാറി നോക്കി, ശടേന്ന് കിണറ്റിങ്കരയി ലേക്കോടി.

പേരിനു വായയും മുഖവും കഴുകി, അകിട് കഴുകാനുള്ള വെള്ളവും , പാലൊഴിക്കാൻ പാത്രവുമെടുത്തു തൊഴുത്തിലേക്കു നടന്നു.

തൊഴുത്തിൽ അവൾ, തോമൻകുട്ടി, നേരം വൈകിയതിലുള്ള പരിഭ വവുമായി നിന്നിരുന്നു. അപ്പോൾ നിങ്ങൾ ആലോചിക്കും, പശുവിനു എന്താ തോമൻകുട്ടി എന്ന പേരെന്ന്.

അകാലത്തിൽ മരിച്ചു പോയ മകന്റെ ഓർമ്മക്ക് തങ്ങൾ വളർത്തു ന്ന എല്ലാത്തിനും പശുവാകട്ടെ, കോഴിയാകട്ടെ, താറാവാകട്ടെ , ലോന പ്പേട്ടനും, മറിയയും തോമൻകുട്ടി എന്ന പേരെ നൽകാറുള്ളൂ.

അത് കൊണ്ട് തന്നെ വീട്ടിൽ കോഴിയായും പശുവായും ഒരുപാടു തോമൻകുട്ടിമാർ എപ്പോഴും ഉണ്ടാവും.

പതിവില്ലാത്ത ഭാവത്തിൽ നിൽക്കുന്ന തോമൻകുട്ടിയെ കണ്ടപ്പോ, ലോനപ്പേട്ടന് ആശങ്ക. എന്നാ പറ്റിയെടി, എന്ന പതിവ് ലാളനയോടെയു ള്ള ചോദ്യത്തിന്, ഇനി എന്ത് പറ്റാൻ എന്ന് തോമൻകുട്ടിയുടെ മറുപടി. സംസാരിക്കുന്ന തോമൻകുട്ടി.... ലോനപ്പേട്ടന്റെ കിളി പോയി....

കണ്ണ് തിരുമ്മി, തല കുലുക്കി, ലോനപ്പേട്ടൻ സ്വയം ഒന്ന് പിച്ചിനോ ക്കി. പശു സംസാരിക്കേ ....

തോമൻകുട്ടി വാചാലയായി 'ഇനിയെന്തു പറ്റാൻ, ഇവിടെ വന്നു ജനി ച്ചില്ലേ, വല്ല നോർത്ത് ഇന്ത്യയിൽ ആയിരുന്നേൽ, ഞാനിപ്പോ ദൈവമാ യേനെ. ഇഷ്ടം പോലെ ഭക്ഷണം, എവിടെ വേണേലും നടക്കാം, ആരും പിടിച്ചു കെട്ടില്ല. ഭക്ഷിച്ചും ഭോഗിച്ചും സർവ്വസ്വതന്ത്രനായി നടക്കാമാ യിരുന്നു.' തോമൻകുട്ടിയുടെ കണ്ണ് നിറഞ്ഞു.

നിനക്ക് വേണ്ടതെല്ലാം ഞങ്ങൾ തരുന്നില്ലേ മോളെ എന്നായി ലോന പ്പേട്ടൻ.

'എന്ത് തരുന്നു, കെട്ടിയിട്ടു ഭക്ഷണം, അതിനു പകരമായി എന്റെ മ ക്കൾ കുടിക്കേണ്ട പാല് കറന്നെടുക്കും. നിങ്ങൾക്ക് തോന്നുമ്പോൾ ഭോ ഗിക്കാൻ വിടും, അതും റേഷൻ പോലെ....' തോമൻകുട്ടിയുടെ പദസമ്പ ത്തിൽ ലോനപ്പേട്ടൻ ഞെട്ടിപ്പോയി.

ഇവളെങ്ങിനെ ഇത്രേം പരിഷ്കാരി ആയിയെന്നോർത്തു തല ചൊ റിഞ്ഞു ലോനപ്പേട്ടൻ.

ഒന്ന് തുമ്മി തോമൻകുട്ടി തുടർന്നു, 'എന്റെ ലിംഗത്തെ വരെ നി ങ്ങൾ മാനിക്കുന്നുണ്ടോ? സ്ത്രീലിംഗത്തിൽ പിറന്ന എന്റെ പേരെന്താ തോമൻകുട്ടി, പുരുഷാധിപത്യത്തിന്റെ കടന്നു കയറ്റം...' തോമൻകുട്ടി യുടെ കരച്ചിൽ ഉച്ചത്തിലായി....

'അതിരിക്കട്ടെ, നിങ്ങൾക്കു കാമധേനുവിനെ പറ്റി അറിയാവോ?'

'അതിപ്പോ', ലോനപ്പേട്ടൻ തല ചൊറിഞ്ഞു....

'പറ'...തോമൻകുട്ടി തിടുക്കം കാട്ടി.

'കാമധേനു, നമ്മുടെ, ലോട്ടറി കടക്കാരൻ ബാബു തരണ ടിക്കറ്റ് അ ല്ലെ? എല്ലാ ആഴ്ചയും നറുക്കെടുപ്പുള്ള....'

'ഭാ...' ഒരാട്ടായിരുന്നു, തോമൻകുട്ടിയുടെ മറുപടി.

ലോനപ്പേട്ടൻ വെട്ടി വിയർത്തു,എവിടെക്കാ ഇവളുടെ പോക്ക് എന്റെ ഒടയതമ്പുരാനെ.....

ആട്ടു കഴിഞ്ഞു തോമൻകുട്ടി ലോകകാര്യത്തിലേക്കു കടന്നു, 'സ്വർ ഗത്തിൽ ഉള്ള, ദേവന്മാർക്ക് വരെ സർവ്വഐശ്വര്യങ്ങളും നൽകുന്ന ഞ ങ്ങളുടെ ഒക്കെ മാതാവാണ് കാമധേനു. ദേവന്മാർക്ക് വരെ ഐശ്വര്യ ങ്ങൾ നൽകുന്ന പരമ്പരയിൽ പെട്ട എന്നെയാണ് നിങ്ങൾ ഈ ഓലമേ ഞ്ഞ, ചാണകം നിറഞ്ഞ തൊഴുത്തിൽ നിർത്തിയിരിക്കുന്നത്', തോമൻ കുട്ടി അതൃപ്തിയുടെ മുക്രിയിട്ടു.

ഈ തൊഴുത്തിൽ അല്ലേയാടി, നമ്മുടെ തമ്പുരാൻ കർത്താവു ജനി ച്ചതെന്ന് ചോദിക്കാൻ തുടങ്ങിയ ലോനപ്പേട്ടൻ, അത് പിന്നെ മതസ്പര ദ്ധ വല്ലോം ആവുമോയെന്നു കരുതി, ചോദ്യം പകുതിയിൽ വിഴുങ്ങി.

ഇനിയിവളുടെ ഇമ്മാതിരി ചോദ്യങ്ങൾ കേൾക്കാൻ നിൽക്കേണ്ട എന്ന് കരുതി, കറവ പോലും വേണ്ടന്നു വെച്ച് തിരിഞ്ഞ് നടക്കാൻ തുടങ്ങിയ ലോനപ്പേട്ടനെ തോമൻകുട്ടി പിറകിൽ നിന്നും വിളിച്ചു.

'ലോനപ്പേട്ടൻ പോവല്ലേ, ഇനിയും കാര്യങ്ങൾ പറയാനുണ്ട്.' തോ മൻകുട്ടി പിന്നെയും ക്വിസ് മാസ്റ്ററായി.

'അതൊക്കെ പോട്ടെ ലോനപ്പേട്ടാ, ഞങ്ങളെ ഒക്കെ വയസായി കറ വ വറ്റിയാൽ നിങ്ങൾ എന്ത് ചെയ്യും ?' തോമൻകുട്ടീടെ ചോദ്യം....

'അതിപ്പോ' ലോനപ്പേട്ടൻ തല ചൊറിഞ്ഞു....

'ഞാൻ പറയാം', തോമൻകുട്ടി തുടർന്നു, 'പിടിച്ചു അറവുകാരൻ വർ ക്കിക്കു കൊടുക്കും, ഒരു ഞായറാഴ്ച ഏതേലും പോത്തിന്റെ കൂടെ ഞാനും വർക്കിടെ ഇറച്ചിക്കടയിൽ തൂങ്ങിയാടും, അല്ലെ ? '

'അല്ലാതെ എന്ത് ചെയ്യാൻ, ഇതൊക്കെ കാലങ്ങളായി തുടരുന്ന കീഴ്‌വഴക്കങ്ങളല്ലേ....'ലോനപ്പേട്ടൻ താത്വികനായി.

'ആ ഇതാ, ഞങ്ങടെ പറുദീസയായ നോർത്ത് ഇന്ത്യയിൽ ഇങ്ങിനെ ഒരു ചിന്ത വന്നാൽ തന്നെ, ലോനപ്പേട്ടന് വേണ്ടി പള്ളിയിൽ മരണമണി യടിക്കും...'തോമൻകുട്ടി ലോകവിചാരങ്ങൾ പങ്കുവെച്ചു.....

'അതിനിപ്പോ ഞാൻ എന്തുവേണമെന്നാ', ലോനപ്പേട്ടൻ വിനയാന്വിത നായി.

'അതിനിപ്പോ എന്നൊന്നും പറഞ്ഞിട്ട് കാര്യമില്ല, എനിക്ക് കുറച്ചു ഡിമാൻഡ്സ് ഉണ്ട്, അത് അംഗീകരിച്ചാൽ മുന്നോട്ടു പോവാം. അല്ലെ ങ്കിൽ ....'

തൊമ്മൻകുട്ടീടെ ആ അല്ലെങ്കിലിൽ ഒരു പന്തികേട് മണത്ത ലോ നപ്പേട്ടൻ... നീ പറ കേക്കട്ടെ നിന്റെ ഡിമാൻഡ്സ് എന്ന് തോമൻകുട്ടി യോട് പറഞ്ഞു.....

കിട്ടിയ അവസരം തോമൻകുട്ടി മുതലാക്കി... പറഞ്ഞു തുടങ്ങി

'സത്യം വെളിവാക്കുന്ന പേര്,

നാളെ മുതൽ എന്റെ പാല് എന്റെ മക്കൾക്ക്,

ഇഷ്ടപ്പെട്ട കാളയോടപ്പം ലിവ് ഇൻ ടുഗെതർ അതിനു വേണ്ട തൊ ഴുത്തും അനുബന്ധങ്ങളും,

കുടുംബത്തിന് വേണ്ട സമീകൃത ഭക്ഷണം,

പ്രായപൂർത്തിയാവാത്ത മക്കളെ വിൽക്കാൻ പാടില്ല എന്ന കോൺ ട്രാക്ട്,

വയസ്സാം കാലത്തു മരണം വരെ സുഖമായി ജീവിക്കാൻ ഫുഡ് പെൻഷൻ...

തോമൻകുട്ടീടെ ഡിമാന്റുകൾ നീണ്ടു പോയി കൊണ്ടിരുന്നു.... ലിസ്റ്റ് പിന്നെയും നീണ്ടപ്പോ ലോനപ്പേട്ടൻ പറഞ്ഞു.... 'കൊള്ളാലോ.... ഞാൻ ഒന്ന് താന്നു തന്നപ്പോ, തലയിൽ കയറി തുറിമെഴുകുന്നോ.... അവളുടെ ഒരു ലിസ്റ്റ്..... ഒരു മാങ്ങാത്തൊലിയും തരുന്നില്ല.... നീ എന്നാ കാണിക്കുമെന്ന് കാണട്ടെ....'

'മോനെ ലോനപ്പേട്ടാ.... എന്നോട് കളിക്കാൻ നിക്കല്ലേ.... പഴയ തോമൻകുട്ടി അല്ല ഞാനിപ്പോ.... നിയമോം അവകാശങ്ങളും ഒക്കെ എനിക്കുമറിയാം.... ഭീഷണിയാണെന്ന് തന്നെ കൂട്ടിക്കോ.'

ഒന്ന് നിർത്തി.... സിനിമ സ്റ്റൈലിൽ തോമൻകുട്ടി തുടർന്നു ...... 'ഭീഷണിയെങ്കിൽ ഭീഷണി.... പിന്നെ.... ഇതൊന്നും തന്നില്ലേൽ അറിയാലോ.... പീഡിപ്പിച്ചു എന്നും പറഞ്ഞു ഞാൻ ഒരു കേസങ്ങു കൊടുക്കും.... പിന്നെ അറിയാല്ലോ നാട്ടിലും വീട്ടിലും നാറും, കോടതിയും ജയിലും പുറകെയും...'

നോർത്ത് ഇന്ത്യ, ദൈവം, കാമധേനു, ഭോഗം, ലിംഗാധിപത്യം, പുരു ഷാധിപത്യം, സ്വത്വം, ലിവ് ഇൻ ടുഗെതർ, ഫുഡ് പെൻഷൻ പാവം ലോനപ്പേട്ടൻ, ഒന്നും പിടികിട്ടിയില്ല...

ഒന്ന് മാത്രം പിടികിട്ടി, ഇവള് ഒരുങ്ങിയിറങ്ങിയേക്കുവാ, ഉടക്കിയാൽ നല്ല മുട്ടൻ പണി കിട്ടും...പ്രകൃതിവിരുദ്ധ പീഡനത്തിന് അകത്താകും.

തോമൻകുട്ടിയുടെ ഭീഷണി, പീഡനം, കേസ് , ജയിൽ കൂടെ തലേന്നത്തെ ജവാന്റെ ക്ഷീണവും....എല്ലാം കൊണ്ടും ഉള്ളു കാളി, പരവശത്തോടെ ലോനപ്പേട്ടൻ വീണ്ടും കിണറ്റുംകരയിലേക്കോടി.

കിണറ്റിൻകരയിൽ കോരി വെച്ചിരിക്കുന്ന തൊട്ടിയിൽ നിന്നും ലോനപ്പേട്ടൻ വെള്ളം മട മടാ കുടിച്ചു..

ഇടയിലെവിടെയോ വെള്ളത്തിൽ കണ്ട പ്രതിബിംബത്തിൽ തന്റെ തലയിൽ രണ്ടു കൊമ്പു കണ്ട് ലോനപ്പേട്ടൻ ഞെട്ടി. അപ്പോഴാണ് അദ്ദേഹം അത് ശ്രദ്ധിച്ചത്, താൻ നില്ക്കുന്നത് രണ്ടു കാലിൽ അല്ല, തോമൻ കുട്ടിയെ പോലെ നാലു കാലിൽ.

തന്റെ മുതുകിൽ വന്നിരുന്ന ഒരു കാക്കയെ ഓടിക്കാൻ നോക്കിയ പ്പോ.....കൈ എവിടെ... പകരം പൃഷ്ഠത്തിൽ ഒരു സുന്ദരൻ വാൽ......

ചാക്കുവിന്റെ മോർച്ചറി

പതിവ് പോലെ അന്നും ചാക്കു കൃത്യസമയത്തു തന്നെ ഡ്യൂട്ടിക്ക് വന്നു. രാത്രി പത്തു മുതൽ പിറ്റേന്നു രാവിലെ എട്ടു വരെയാണ്, ചാക്കു വിന്റെ ഡ്യൂട്ടി.

ഡ്യൂട്ടി എന്ന് പറയുമ്പോ, ആ നാട്ടിലെ സർക്കാർ ആശുപത്രിയിലെ ദിവസവേതനത്തിലുള്ള മോർച്ചറി സൂക്ഷിപ്പുകാരനാണയാൾ.

ആശുപത്രിയിൽ നിന്നും അല്പം മാറി, കുറച്ചു മരങ്ങളാൽ ചുറ്റപ്പെ ട്ടു കിടക്കുന്ന ഒരു ശവക്കോട്ട ലുക്കുള്ളതാണ് ആ മോർച്ചറി. രാത്രിയെ ന്നല്ല പകൽ പോലും ആളുകൾ വരാൻ മടിക്കുന്നൊരിടം. അവിടത്തെ രാത്രി സൂക്ഷിപ്പുകാരനാണ് ചാക്കു.

ആരോടും അധികം മിണ്ടാത്ത, കുഞ്ഞു കുട്ടി പരാധീനങ്ങൾ ഒ ന്നും ഇല്ലാത്ത ഒരു സാധു. പത്താം കോളനിയിലെ ഒരു കുഞ്ഞു വീ ട്ടിൽ ആരോടും പരിഭവമില്ലാതെ കഴിഞ്ഞു പോരുന്നു.

അന്നും പതിവ് പോലെ ഡ്യൂട്ടി തുടങ്ങിയ ചാക്കു, തന്റെ പതിവ് ക സേരയിൽ ഇരുന്നു. കസേരക്കഭിമുഖമായി ഉള്ള ആ പഴയ കണ്ണാടി യിൽ സ്വയം ഒന്ന് നോക്കി ഉറപ്പു വരുത്തി, എന്ത് ഉറപ്പു വരുത്തി എന്ന ത് വഴിയേ പറയാം.

പുതിയ ശവങ്ങൾ ഒന്നും വന്നില്ലെന്നും, രണ്ടു ശവങ്ങൾ അവകാശി കൾ കൊണ്ട് പോയെന്നും രജിസ്റ്റർ നോക്കിയപ്പോൾ ചാക്കുവിന് മന സിലായി. അപ്പോൾ ഇന്ന് കൂട്ട് വെറും രണ്ടു ശവങ്ങൾ മാത്രം.

ചാക്കുവിന് മൃതശരീരങ്ങളെ ശവങ്ങൾ എന്ന് വിളിക്കുന്നതിനോട് അത്ര മതിപ്പില്ല. ചാക്കുവിന് അവയെല്ലാം അതിഥികളാണ്. ഒരു ലോഡ് ജിൽ എന്ന പോലെ, തന്റെ മോർച്ചറിയിൽ കുറച്ചു കാലം തങ്ങുന്നതി നു വേണ്ടി വരുന്ന അതിഥികൾ.

മുമ്പേ പറഞ്ഞ കണ്ണാടിയാണ് ചാക്കുവിന്റെ അതിഥികളെയും മറ്റു ള്ളവരെയും തിരിച്ചറിയാനുള്ള തുറുപ്പുചീട്ട്. കണ്ണാടിയിൽ പ്രതിബിംബം കണ്ടാൽ അത് സദാ ജീവനുള്ളവരും, പ്രതിബിംബങ്ങൾ ഇല്ലാത്തവർ അതിഥികളും ആണെന്നാണ് ചാക്കുവിന്റെ ഒരു ലൈൻ.

ലോഡ്ജിലെ മുറി നമ്പറുകൾ എന്ന പോലെ ഓരോ അതിഥികൾ ക്കും ചാക്കു അവരുടെ ഫ്രീസർ റാക്ക് നമ്പറുകൾ നൽകിയിട്ടുണ്ട് .

ദിവസേന ജോലി തുടങ്ങുമ്പോൾ തന്നെ എല്ലാ റാക്കുകളും തുറ ന്നു അതിഥികൾ ഉണ്ടോയെന്ന് പരിശോധിക്കുമ്പോൾ തന്നെ അവരുമാ യുള്ള കുശലം പറച്ചിൽ ചാക്കു ആരംഭിക്കും.

ഈ സംഭാഷണം രാവേറുന്നത് വരെ തുടരും. ജീവിച്ചിരിക്കുന്ന മനു ഷ്യരോട് സംസാരിക്കുന്നതിലും ചാക്കു ഇഷ്ടപ്പെട്ടിരുന്നത് തന്റെ അതി ഥികളോടു സംസാരിക്കാനാണ്. അവരുടെ ജീവിതം, മരണകാരണം, സന്തോഷങ്ങൾ, ദുഃഖങ്ങൾ ഒക്കെ കേട്ടും പറഞ്ഞും ചാക്കു നേരം വെ ളുപ്പിക്കും.

നൂറ്റിയൊന്ന് മുതൽ നൂറ്റിപതിനഞ്ചു വരെ റാക്കുകളാണ് ചാക്കുവി ന്റെ മോർച്ചറിയിൽ ഉള്ളത്. ഇപ്പോളതിൽ രണ്ടു അതിഥികളും.

നൂറ്റിയൊന്നിൽ കത്രീനാമ്മച്ചിയാണ്. പാവം കിടപ്പു തുടങ്ങിയിട്ട് നാ ലഞ്ചു ദിവസമായി, മക്കളും മരുമക്കളും പേരമക്കളും വരാൻ ഉള്ള കാ ത്തിരിപ്പാണ്. അവരൊക്കെ അമേരിക്ക, യൂറോപ്പ് തുടങ്ങിയ വികസിത രാഷ്ട്രങ്ങളിൽ ആണത്രേ. സ്നേഹമുള്ള അമ്മച്ചിയാണ്, വന്ന അന്ന് മു തൽ മോനെയെന്നേ വിളിക്കാറുള്ളൂ. വല്യ കുടുംബത്തിൽ ഒക്കെ ജനി ച്ച്, കെട്ടിയോനുള്ളപ്പോ നല്ല സ്ഥിതിയിൽ ഒക്കെ കഴിഞ്ഞ അമ്മച്ചിയാ ണ്. ഇപ്പോഴും സ്ഥിതിക്കൊന്നും കുറവില്ല കേട്ടോ, അമ്മച്ചിയെ നോ ക്കാൻ ഹോം നേഴ്സ് രണ്ടായിരുന്നു വീട്ടിൽ.

അടക്ക് കഴിഞ്ഞാൽ കെട്ടിയവൻ കറിയാച്ചൻ ചേട്ടനെ കാണാം എ ന്ന സന്തോഷത്തിലാണ് അമ്മച്ചി. അത് കൊണ്ട് തന്നെ അടക്ക് വൈ കുന്നതിൽ അമ്മച്ചിക്ക് നല്ല പരിഭവവുമുണ്ട്. അമ്മച്ചിയുടെ കഥകൾ, ക റിയാച്ചൻ ചേട്ടന്റെ വീരശൂര പരാക്രമങ്ങൾ ഒക്കെ കേട്ടിരുന്നാൽ സമ യം പോവുന്നതറിയില്ല.

നൂറ്റിരണ്ടിൽ കഴിയുന്ന സെബാന് ഈ കഥ കേൾക്കാനൊന്നും ഒരു താല്പര്യവുമില്ല. സെബാസ്റ്റ്യൻ എന്ന സെബാൻ, അത്ര ശരി പുള്ളിയ ല്ലെന്നാണ് ചാക്കുവിന്റെ ഒരു ലൈൻ. പറഞ്ഞു കേട്ടത് വെച്ച് പൊടിയും ഇടിയും പെണ്ണും ഒക്കെ ഉള്ള ഒരു വശപ്പിശക്ക് ചെക്കൻ. ഹൈറേഞ്ചിൽ എങ്ങാണ്ടു ആക്സിഡന്റ് ആയതാണെന്നോ, അല്ല ആരോ കരുതി കൂ ട്ടി തീർത്തതാണെന്നോ പറഞ്ഞു കേൾക്കുന്നു.

എന്നാൽ ഇതൊന്നു ചോദിച്ചറിയാം എന്ന് കരുതിയാലോ, ചെറുക്ക ന് മൂക്കത്താ ശുണ്ഠി. തന്നെയുമല്ല അവന് ചാക്കുവിനെ അത്ര പിടിച്ചി ട്ടുമില്ല. മോർച്ചറി സൂക്ഷിപ്പുകാരൻ കൺട്രി എന്ന ഒരു മൈൻഡ് ആണ്

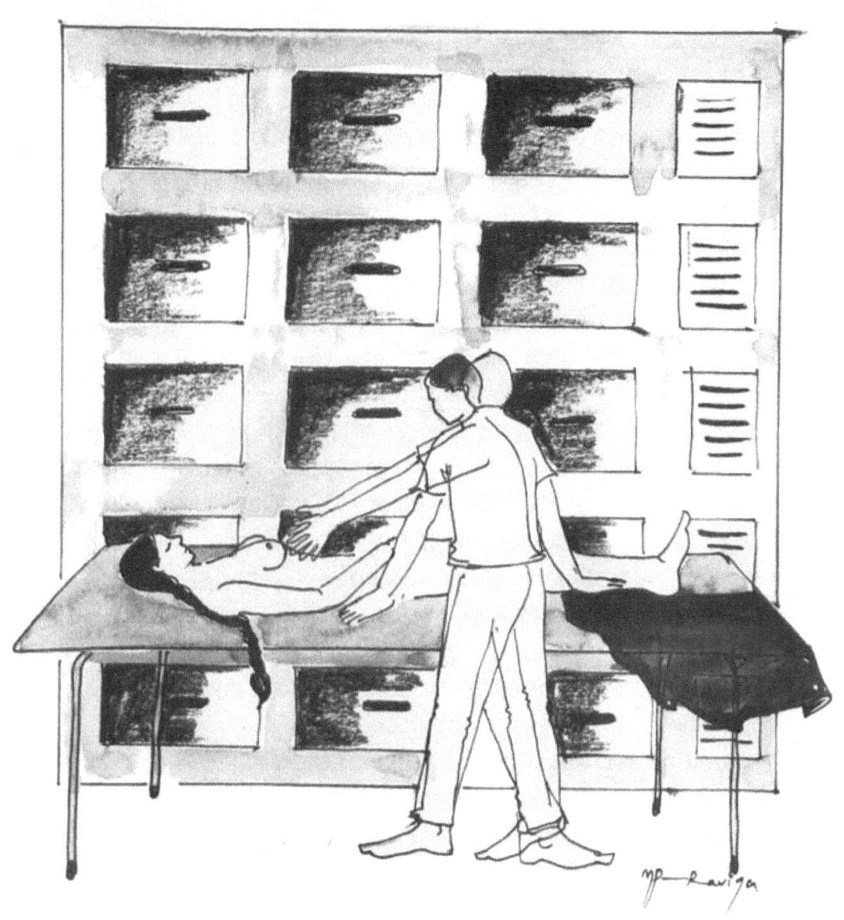

ചെക്കന് ചാക്കുവിനോട് .

അതുകൊണ്ടു തന്നെ അവനെ കൂട്ടാതെ കത്രീനാമ്മയും ചാക്കുവും കഥ പറഞ്ഞിരിക്കുമ്പോഴാ, മോർച്ചറിയിലെ എക്സ്റ്റൻഷൻ ഫോൺ അ ടിച്ചത്.

അടുത്ത അതിഥി വന്നു എന്നും പറഞ്ഞു, കത്രീനാമ്മയെ ഫ്രീസ റിൽ കയറ്റി കിടത്തി, ചാക്കു ഫോൺ അറ്റൻഡ് ചെയ്തു.

വിചാരിച്ചതു പോലെ തന്നെ, പുതിയ അതിഥി ഇപ്പോൾ എത്തും.

ചാക്കു നൂറ്റിമൂന്നു തുറന്നു ഒന്ന് വൃത്തിയാക്കി, രജിസ്റ്റർ ഒക്കെയെടു ത്തു അടുത്ത അതിഥിക്കായി കാത്തിരുന്നു.

നാലഞ്ചു പേർ ചേർന്ന് സ്ട്രെച്ചറിൽ അതിഥിയെ കൊണ്ട് വന്നു. ഇ രുപത്തിയഞ്ചു വയസുള്ള ഒരു പെൺകുട്ടി സന്ധ്യ. ആത്മഹത്യയാണ്.

കൊണ്ട് വന്നവർ അടുത്ത ബന്ധുക്കൾ അല്ലെന്നു തോന്നുന്നു, കാര ണം ആശുപത്രിയിൽ നിന്നും കരച്ചിൽ കേട്ടെങ്കിലും ഇവർക്കാർക്കും വ ലിയ വിഷമം ഉള്ളതായി തോന്നിയില്ല.

നടപടികൾ പൂർത്തിയാക്കി, സന്ധ്യയെ നൂറ്റിമൂന്നിലാക്കി. നാളെയാ ണ് പോസ്റ്റ്മോർട്ടം, അത് കഴിഞ്ഞാൽ ശരീരം ബന്ധുക്കൾക്ക് വിട്ടു കൊ ടുക്കും.

കൊണ്ട് വന്നവർ പോയപ്പോൾ, കത്രീനാമ്മയുടെ റാക്കിൽ മുട്ട് കേ ട്ടു. പുതിയ ആളെ പരിചയപ്പെടാൻ ഉള്ള ആകാംക്ഷയാണെന്നറിഞ്ഞ ചാക്കു ഫ്രീസർ തുറന്നു കത്രീനാമ്മയെ പുറത്തിറക്കി.

കത്രീനാമ്മ വന്നപ്പോഴേ, നൂറ്റിമൂന്നു തുറന്നേ മോനെ എന്നായി.

ഇപ്പൊ വേണോ അമ്മച്ചി, ആ കൊച്ചു മരിച്ചല്ലേ ഉള്ളൂ, അമ്മച്ചിയെ പോലെ ആവണേൽ ഇനിയും മണിക്കൂർ നാല് എടുക്കും, അത് വരെ സ്വസ്ഥമായി കിടന്നോട്ടെ എന്നായി ചാക്കു.

എന്നാലും ഒന്ന് കാണട്ടെയെന്നു അമ്മച്ചി. നിർബന്ധം സഹിക്ക വ യ്യാതെ ചാക്കു നൂറ്റിമൂന്നു തുറന്നു വെച്ചു.

നല്ല സുന്ദരി കൊച്ച്, ഈ പ്രായത്തിൽ എന്തിനാണോ ഈ കൊച്ചു ഈ കടുംകൈ ചെയ്തതെന്നായി അമ്മച്ചി.

ആർക്കറിയാം എന്നൊരൊഴുക്കൻ മറുപടിയും കൊടുത്തു ചാക്കു.

പെട്ടെന്ന് പതിവില്ലാതെ സെബാന്റെ റാക്കിൽ ഒരു മുട്ട്. തുറക്കണോ വേണ്ടയോ എന്നൊരു സംശയത്തിലായി ചാക്കു. പിന്നെ പന്തിയിൽ പ ക്ഷഭേദം പാടില്ലല്ലോ എന്നും കരുതി, രണ്ടും കല്പിച്ചു തുറന്നു സെ ബാനെയും പുറത്തിറക്കി.

പുറത്തിറങ്ങിയ സെബാൻ സന്ധ്യയുടെ ഫ്രീസറിനു ചുറ്റും കറങ്ങു

നതു കണ്ടപ്പോൾ തന്നെ ഒരു സ്പെല്ലിങ് മിസ്റ്റേക്ക് ചാക്കുവിനും ക ത്രീനാമ്മക്കും തോന്നി. പണ്ടേ തല തിരിഞ്ഞ ചെക്കനാ....

പതുക്കെ സെബാൻ ചാക്കുവിന് അടുത്ത് വന്നിരുന്നു, എന്നിട്ടു പ തുക്കെ കത്രീനാമ്മ കേൾക്കാതെ ചോദിച്ചു, ചാക്കു ചേട്ടൻ ഇത് വരെ പെണ്ണിനെ അറിഞ്ഞിട്ടുണ്ടോ ?

നീ എന്ത് പോക്കണം കേടാ ചോദിക്കുന്നത് എന്ന് പറയാനാ ചാക്കു വിന് തോന്നിയത്.

അവളെ ഒന്ന് നോക്കിയേ ചാക്കു ചേട്ടാ, ശരീരത്തിലെ ചൂട് മുഴുവൻ പോയിട്ടില്ല, ഞങ്ങളെ പോലെ ആവണേൽ ഇനിയും സമയം എടുക്കും, നാളത്തെ പോസ്റ്റ് മോർട്ടം ഒക്കെ നിങ്ങളൊക്കെ തന്നെയല്ലേ, ആത്മഹ ത്യ ആണെന്ന് എല്ലാർക്കും അറിയാവുന്നത് കൊണ്ട് വേറെ മുകളിലോ ട്ടുള്ള വിഷയങ്ങളും ഇല്ല... ഈ അവസരം പാഴാക്കണോ ?

സെബാന്റെ ചോദ്യം കേട്ട് ചാക്കുവിന് മനം പുരട്ടി, ഓടിപ്പോയി ബാ ത്ത്റൂമിൽ രണ്ടു കവിൾ ശർദിച്ചു. എന്ത് വൃത്തികേടാണീ ചെക്കൻ പറ യുന്നത്, അതും കത്രീനാമ്മ ഇവിടെ നിൽക്കുമ്പോൾ .....

ചാക്കുവിന്റെ മനോഗതം മനസിലാക്കി സെബാൻ പറഞ്ഞു, ആദ്യം ആ തള്ളയെ ഫ്രീസറിലാക്ക്.....എന്നിട്ടു ചാക്കു ചേട്ടൻ പോയി അവളെ ഒന്ന് നോക്ക്, ഇത്രേം സുന്ദരിയെ ചാക്കു ചേട്ടനീ ജന്മത്തു കിട്ടുമോ, ഇ പ്പോഴാണെങ്കിൽ ശരീരത്തിന് വരെ ചൂടുണ്ട്....

ചാക്കു പിന്നെയും ഞെട്ടി, ഇവൻ പറഞ്ഞിതെങ്ങോട്ടാ, ഇതൊക്കെ പലരെയും കുറിച്ച് പറഞ്ഞു കേട്ടപ്പോ അറപ്പോടെ മുഖം തിരിച്ചിരുന്ന എന്നോട്.....

സെബാൻ വിടുന്ന മട്ടില്ല, ഇപ്പോഴാകുമ്പോൾ ആരും അറിയില്ല, ഇ താണ് ചാക്കു ചേട്ടന്റെ സമയം.....അവളുടെ കിടപ്പ് നോക്കൂ....

എന്നാലും സെബാനെ അതൊരു ചത്ത ശവം അല്ലേ, അതിനോട് ഇങ്ങിനെ ഒക്കെ ചിന്തിക്കാൻ.....

ശവം അല്ല ചാക്കു ചേട്ടാ, അതിഥി....

അതൊക്കെ പോട്ടെ സെബാനെ, എന്നെ കൊണ്ട് അവളെ ഇങ്ങിനെ ഒക്കെ ചെയ്യിക്കാൻ നിനക്കെന്താ ഇത്രേം താല്പര്യം ....

അത് പിന്നെ ചാക്കു ചേട്ടാ, ചേട്ടൻ അവളെ പ്രാപിക്കുന്നതിന് മുൻപ് എനിക്കൊരു നിമിഷം തന്നാൽ, ഞാൻ ചാക്കു ചേട്ടന്റെ ഉള്ളിൽ കയ റാം, പിന്നെ എല്ലാം നമുക്കൊരുമിച്ചാവാം......ഈ ലോകത്തു നിന്ന് പോ വുന്നതിനു മുൻപ് ഒരിക്കൽ കൂടി........

അപ്പൊ കത്രീനാമ്മ......... ചാക്കു ചേട്ടൻ പിന്നെയും പരുങ്ങി.......

അവരെ എന്തേലും പറഞ്ഞു ഫ്രീസറിൽ ആക്കു...പിന്നെ നമ്മൾ മൂ
ന്നു പേരല്ലേ ഉള്ളു......

ചാക്കു വിഷമത്തിലായി,മനസ്സിൽ ഹെൻറിയും ഹൈഡും പിടിവ
ലിയായി. ഒരിക്കലും തനിക്കു തോന്നാത്തത്, ഈ ചെക്കൻ പറഞ്ഞു പ
റഞ്ഞു എന്തൊക്കെയോ.......

വേണ്ട സെബാനെ, പാടില്ല അങ്ങിനെ ചിന്തിക്കാൻ കൂടി........

ചെറിയ ഒരു കാറ്റിൽ അപ്പോഴാണ് സന്ധ്യയുടെ വസ്ത്രം ഒന്ന് സ്ഥാ
നം മാറിയത്... ആ കാഴ്ച, ആ കുഞ്ഞു നഗ്നത... ചാക്കുവിൽ എന്തെ
ക്കൊയോ ഉണർത്തി....

താൻ തന്നിൽ തളച്ചിട്ട പിശാച് തന്നിൽ നിന്നിറങ്ങാൻ വെമ്പൽ കൊ
ള്ളുന്നതായി ചാക്കുവിന് തോന്നി....ഒടുവിൽ ഹൈഡ് വിജയിച്ചു....

തനിക്ക് പുറത്തു പോവണം എന്നൊരു കള്ളം പറഞ്ഞു കത്രീനാമ്മ
യെ, ഫ്രീസറിലാക്കി......പതിയെ സന്ധ്യയെ പോസ്റ്റ്മോർട്ടം ടേബിളിൽ
കിടത്തി........ഒരു നിമിഷം സെബാനും നൽകി ചാക്കു മറ്റൊരുവനായി,
അസ്തമയ സൂര്യൻ സായംസന്ധ്യയിലേക്കിറങ്ങുന്നത് പോലെ അവ
ളിൽ താണിറങ്ങി.....

പരിരംഭണം കഴിഞ്ഞു, ഒരു തളർച്ചയോടെ എണീറ്റപ്പോൾ സെബാൻ
ഇല്ല തന്നിൽ, വെറും ചാക്കു മാത്രം....മനസ്സിൽ വലിയ കുറ്റബോധവും....
വേച്ച് വേച്ച് ചാക്കു തന്റെ കസേരയിലിരുന്നു....ഒരു കുറ്റവാളിയെ പോ
ലെ മുഖം താഴ്ത്തി.....

കുറ്റബോധമേറിയപ്പോൾ ചാക്കു തിരിഞ്ഞു സന്ധ്യയെ നോക്കി...
ഒന്നും അറിയാതെ തന്നാൽ പരിരംഭണം ചെയ്യപ്പെട്ടു അവരവിടെ.....

ഓർക്കുംതോറും.... ചാക്കുവിന് തല പൊളിയുന്നത് പോലെ
തോന്നി........ഒരിറ്റു വെള്ളം കുടിക്കാൻ എണീറ്റപ്പോൾ അയാൾ കണ്ണാടി
യിൽ നോക്കി... അവിടെ ഒന്നുമില്ല, ആരുമില്ല ....ചാക്കുവുമില്ല.... ചാക്കു
വിന്റെ പ്രതിബിംബവുമില്ല ....

കുമാരചരിതം അന്ത്യപർവം

'എത്രയും പെട്ടെന്ന് കൗണ്ടറിൽ രണ്ടു ലക്ഷം രൂപ അടക്കണം' നേ
ഴ്സ് പറഞ്ഞത് കേട്ട് ശാന്തമ്മയുടെ കയ്യിലിരുന്ന കുറിപ്പടിയോടൊപ്പം
അവരുടെ ശരീരവും വിറച്ചു. കുഴിയിലാണ്ട ആ കണ്ണുകളിൽ നോക്കി
നേഴ്സ് ഇങ്ങിനെ കൂടെ കൂട്ടിച്ചേർത്തു 'അറിയാല്ലോ, രോഗിയുടെ അവ
സ്ഥ കുറച്ചു ക്രിട്ടിക്കൽ ആണ്, അത് കൊണ്ട് എത്രയും പെട്ടെന്ന് പണ
മടച്ചു ചികിത്സ തുടങ്ങണം'.

'പണ്ടേ ദുർബല, ഇപ്പോൾ ഗർഭിണി', ആ പഴമൊഴിയെ അന്വർത്ഥ
മാക്കും വിധം ശാന്തമ്മയുടെ ഇല്ലായ്മകൾക്കു മേലെ ഈ രണ്ടു ല
ക്ഷം പല്ലിളിച്ചു നിന്നു.

ശാന്തമ്മ ആ പണത്തിനു പിന്നാലെ കണക്കുകൂട്ടലുകളുമായി പോ
വുന്ന സമയം കൊണ്ട്, നമ്മുക്ക് ഒരു ചെറിയ ഫ്ളാഷ് ബാക്കിലേക്കു
പോകാം. മേല്പ്പറഞ്ഞ ശാന്തമ്മക്കും വെള്ളോാനും നാലു മക്കൾ രണ്ടാ
ണും രണ്ടു പെണ്ണും. ആയതിലെ മൂത്തവനാണു, ഇപ്പോൾ ആശുപത്രി
യിൽ ഉള്ള നമ്മുടെ കഥാനായകൻ പേർ കുമാരൻ.

ജനനം മുതൽ തന്നെ കുമാരൻ വ്യത്യസ്തനായിരുന്നു. കുമാരൻ ജ
നിച്ച ദിവസം സർപ്പക്കാവിലെ ബലിക്കല്ലിൽ രണ്ടു സർപ്പങ്ങൾ തല ത
ല്ലി ചത്തെന്നു അമ്മ പറഞ്ഞ്, ശാന്തമ്മക്കറിയാം.

കുഞ്ഞു നാളിൽ മറ്റുള്ള കുട്ടികളോടൊപ്പം ഒളിച്ചു കളി ആയിരുന്നു
കുമാരന്റെ പ്രിയ വിനോദം, ഒളിക്കാൻ ഉപയോഗിക്കുന്ന സ്ഥലമോ, പകൽ
മുതിർന്നവർ പോലും പോവാൻ ഭയക്കുന്ന ആ സർപ്പക്കാവും.

ഇതിനെ കുറിച്ച് കേട്ടറിഞ്ഞ ശാന്തമ്മയും വെള്ളോാനും പാമ്പുകളെ
കുറിച്ചുള്ള കഥകൾ പറഞ്ഞു കുമാരനിൽ ഒരു ഭയം ഉണ്ടാക്കി, കാവി
ലേക്കുള്ള പോക്ക് കുറക്കാൻ ശ്രമിച്ചു.

എന്നാൽ ഈ കഥകളെല്ലാം തന്റെ പ്രിയ സ്ഥലം തന്നിൽ നിന്നും
അടർത്തി മാറ്റാൻ ശ്രമിക്കുന്ന പാമ്പുകളോടുള്ള വിദ്വേഷം ആയി കുമാ
രനിൽ ഉടലെടുത്തു.

കുറച്ചു മുതിർന്നപ്പോൾ, അതായതു നാലാം ക്ലാസ്സിൽ പഠിത്തം നിർ

ത്തിയപ്പോ മുതല്‍, കുമാരന്‍ സ്ഥലത്തെ പ്രധാന വാറ്റുകാരന്റെ സഹാ യിയായി പറ്റിക്കൂടി. ഒരു വര്‍ഷത്തിനുള്ളില്‍ തന്നെ മോശം ഇല്ലാത്ത ഒ രു കുടിയന്‍ എന്ന് പേര് സമ്പാദിക്കാന്‍ നമ്മുടെ നായകനു കഴിഞ്ഞു. വാറ്റു ചാരായത്തിന്റെ ടെസ്റ്റര്‍ ആയി തുടങ്ങി, ഫുള്‍ ടൈം ടെയ്സ്റ്റര്‍ ആ യി മാറി എന്നാണ് കുമാരനെ കുറിച്ചുള്ള നാട്ടിലെ കരക്കമ്പി.

വലിയോടും കുടിയോടും ഒപ്പം കുമാരനില്‍ ഒരു വാശി പോലെ പാ മ്പുകളോടുള്ള വിദ്വേഷവും കൂടി കൂടി വന്നു. എവിടെ പാമ്പിനെ ക ണ്ടാലും കൊല്ലുക, എന്തിനേറെ നാട്ടില്‍ എവിടേലും പാമ്പിനെ കണ്ടാല്‍ അതിനെ കൊല്ലാന്‍ നമ്മുടെ കുമാരനെ വിളിക്കുന്ന അവസ്ഥ വരെ ഉ ണ്ടായി. ചുരുക്കി പറഞ്ഞാല്‍, പാമ്പും കുമാരനും ചേരില്ല, പാമ്പിനെ ക ണ്ടാല്‍ കുമാരന്‍ ഒരു അസ്സല്‍ സൈക്കോ ആയി മാറും.

കുമാരന്റെ ഈ ശത്രുത മാറാന്‍ പല വഴികളും ശാന്തമ്മയും വെ ള്ളോാനും നോക്കി...പൂജ, വഴിപാട്, സര്‍പ്പം പാട്ട്... പക്ഷെ ഒന്നിനും കു മാരനിലെ പോരാളിയെ തളര്‍ത്താന്‍ കഴിഞ്ഞില്ല...

ഒടുവില്‍ പേരുകേട്ട ഏതോ പണിക്കരുടെ അടുത്ത് പ്രശ്നം വെപ്പി ച്ചു നോക്കിയപ്പോള്‍, ജനമേജയ രാജാവിന്റെ നാളിലും പക്ഷത്തിലും ആണ് കുമാരന്റെ ജന്മമെന്നും, അത് കൊണ്ട് തന്നെ ഈ സര്‍പ്പശത്രു ത മാറ്റാന്‍ കഴിയില്ലെന്നും അദ്ദേഹം അഭിപ്രായപ്പെട്ടു...

ജനമേജയ രാജാവും, അദ്ദേഹത്തിന്റെ സര്‍പ്പസത്രത്തെയും കുറിച്ച് വലിയ ധാരണകള്‍ ഇല്ലെങ്കിലും, ശാന്തമ്മയും വെള്ളോാനും പണിക്കര്‍ പറഞ്ഞത് വിശ്വസിച്ചു, കുമാരനെ, അവന്റെ വഴിക്കു ജീവിക്കാന്‍ വിട്ടു....

ഇരുപതുകള്‍ പിന്നിട്ടപ്പോള്‍, സഹായിയില്‍ നിന്നും ഒരു വാറ്റുകാര നിലേക്ക് പ്രമോഷന്‍ ആയെങ്കിലും, അത്യാവശ്യം തരക്കേടില്ലാത്ത പൈ സ സമ്പാദിച്ചിരുന്നെങ്കിലും, അതില്‍ നിന്നും ഒരു ചില്ലിക്കാശു വീട്ടിലേ ക്കു കൊടുക്കില്ല എന്ന കാര്യത്തില്‍ നമ്മുടെ കുമാരന് നിര്‍ബന്ധബു ദ്ധിയുണ്ടായിരുന്നു.

ഇതിനൊക്കെ മുകളില്‍ കുമാരന്‍ കൊണ്ട് നടന്നിരുന്ന ചില നിര്‍ബ സധബുദ്ധികള്‍ ഉണ്ടായിരുന്നു. രാവിലെ എണീക്കുമ്പോള്‍ പല്ലു തേ ക്കാതെ കട്ടന്‍ കാപ്പി, അതും നല്ല മധുരത്തില്‍. കിണറ്റും കരയില്‍ കു ളിക്കാന്‍ നാലു ബക്കറ്റ് വെള്ളം. പെങ്ങന്മാരു കോരി വെക്കണം, ഉച്ചക്ക് ഊണിനു മീന്‍ കറി, തേച്ചു വടിവൊത്ത മുണ്ടും ഷര്‍ട്ടും അങ്ങിനെ അ ങ്ങിനെ. അമ്മയും പെങ്ങന്മാരും കൂലി പണിക്കു പോയി പ്രസ്തുത ആ വശ്യങ്ങള്‍ നടത്തി പോന്നു.

വാറ്റുകാരന്‍ കുമാരന്‍ രണ്ടു മൂന്നു തവണ എക്സൈസിന്റെ കയ്യില്‍

പ്പെടുകയും അവരു അത്യാവശ്യം ഭേദ്യം ചെയ്തതിന്റെയും വെളിച്ച
ത്തിൽ കുമാരൻ വാറ്റു നിർത്തുകയും പുതിയ ഒരു അവതാരത്തിൽ,
അതും ബാർബറായി അങ്ങാടിയിൽ പ്രത്യക്ഷപ്പെടുകയും ചെയ്തു.

കുമാരന്റെ അല്ലെ ബാർബർ ഷോപ്പ്, അതിലും ഉണ്ടായിരുന്നു പ്ര
ത്യേകതകൾ. അധികം വളർന്ന ചുരുണ്ട മുടിയുള്ള ആരേലും വന്നാൽ
കുമാരൻ സൈക്കോ ആവും..... അവരുടെ മുടികൾ ചിതറിക്കിടക്കുന്ന
പാമ്പുകളെ പോലെയാണത്രെ കുമാരന് തോന്നുക...പല ചുരുണ്ട മുടി
ക്കാരുടെയും മുടി വെട്ടു പാതി വഴിയിൽ നിർത്തി, കട പോലും അട
ക്കാതെ, കുമാരൻ പോയ സംഭവങ്ങൾ അനവധിയാണ്...

കുമാരന്റെ ഈ കോപ്രായങ്ങൾ കാരണം, ആരും മുടി വെട്ടാൻ വരാ
തെയായി. അങ്ങിനെ ബാർബർ ഷാപ്പ് പൂട്ടി, കുമാരൻ വീണ്ടും അബ്
കാരിയായി.

കുമാരന്റെ ചരിത്രം പറഞ്ഞു നമ്മൾ വിഷയത്തിൽ നിന്നകന്നു. ആ
ശുപത്രിയിൽ അതിതീവ്ര പരിചരണ വിഭാഗത്തിൽ ചികിത്സയിൽ ഇരി
ക്കുന്ന കുമാരനും, രണ്ടു ലക്ഷം രൂപയും. ഇവ തമ്മിൽ യോജിക്കാനു
ണ്ടായ വഴി നമുക്കൊന്നു നോക്കിയാലോ.

ഒരു സായാഹ്നത്തിൽ, അടിച്ചു പാമ്പായി അങ്ങാടിയിൽ ഇരിക്കുക
യായിരുന്നു നമ്മുടെ കുമാരൻ. അപ്പോഴാണ് കുറച്ചപ്പുറത്തെ ചായക്കട
യിലെ വിറകുപുരയിൽ ആരോ ഒരു പാമ്പിനെ കണ്ടത്. പാമ്പ് എന്ന്
കേട്ടതും കുമാരനിലെ സൈക്കോ ഉണർന്നു, അടിച്ച വാറ്റിന്റെ സ്വാധീ
നം കൊണ്ട് വിചാരിച്ച പോലെ ചായക്കടയിൽ എത്താൻ കഴിഞ്ഞില്ല,
എത്തിയപ്പോഴേക്കും ആരോ ആ പാമ്പിനെ തല്ലി കൊന്നിരുന്നു.

ചത്തു കിടക്കുന്ന ആ മൂർഖൻ പാമ്പിനെ കണ്ടപ്പോൾ സൈക്കോ
മൂർഖൻ ഉഷാറായി. ആളുകളുടെ മുമ്പിൽ ആളാവാനോ അതോ സ്വ
യം സംതൃപ്തിക്കോ, കൊന്നിട്ടിരിക്കുന്ന ആ പാമ്പിനെ എടുത്തു നമ്മു
ടെ കുമാരൻ പിരിക്കാൻ തുടങ്ങി. പിരിച്ചു പിരിച്ചു തലയിൽ പിടിച്ച കൈ
മുറുകിയപ്പോൾ, പിന്നെ പിരിക്കാൻ കൈ അഴിച്ചതും, അർദ്ധപ്രാണനാ
യി കിടന്ന ശരിക്കുള്ള മൂർഖൻ അതിന്റെ സകല പകയും വെച്ച് കുമാര
ന്റെ കയ്യിൽ ആഞ്ഞു കടിച്ചു.

കടി കൊണ്ടെന്നു മനസിലായെങ്കിലും, കാണിച്ച വീരസ്യത്തിന്റെ
മാറ്റു കുറയാതിരിക്കാൻ, പിന്നെയും പിരിച്ചു പിരിച്ചു പാമ്പിനെ രണ്ടു
കഷ്ണങ്ങൾ ആക്കി, അടുത്ത പറമ്പിലേക്ക് കുമാരൻ വലിച്ചെറിഞ്ഞു.

അതിനുശേഷം മുണ്ടും മടക്കി കുത്തി സിനിമാസ്റ്റൈലിൽ നടന്നു
പോയെങ്കിലും, വഴിയിൽ തല കറങ്ങി വീണ നമ്മുടെ നായകനെ അടു

ത്തുള്ള സർക്കാർ ആശുപത്രിയിലും, അവിടന്ന് നഗരത്തിലെ ഈ വലി
യ ആശുപത്രിയുടെ തീവ്ര പരിചരണ വിഭാഗത്തിലും പ്രവേശിപ്പിച്ചു.
ഇതാണ് ഇപ്പോഴത്തെ ശാന്തമ്മയുടെ അവസ്ഥയുടെ ചരിത്രം.

ഇനി വീണ്ടും വർത്തമാനകാലത്തേക്ക്.

രണ്ടും ലക്ഷം രൂപയുടെ കുറിപ്പടിയും പിടിച്ചു, ഒരു മാർഗത്തിനായി
ശാന്തമ്മ പല വഴികളും ആലോചിച്ചെങ്കിലും, ഒടുവിൽ എത്തിയത്, വീ
ടും സർപ്പക്കാവും പരദേവതയുമുള്ള വീട്ടുപറമ്പ് പണയപ്പെടുത്തുക
എന്നതിലാണ്. എത്ര കഷ്ടപ്പാട് വന്നിട്ടും ഒരിക്കൽ പോലും സർപ്പക്കാ
വ് നഷ്ടപ്പെടുത്തുക എന്നത് ചിന്തിക്കുക കൂടി ചെയ്തിട്ടില്ല. കാരണവ
ന്മാരായി കൈ മാറി വന്ന മണ്ണ്, വിശ്വാസങ്ങൾ.

കൂടാതെ ആകെയുള്ള സമ്പാദ്യം, അതുകൂടി കൈ വിട്ടു പോയാൽ
താഴെ ഉള്ള പെണ്മക്കൾ, മകൻ ...

പണയപ്പെടുത്തി അന്യാധീനപ്പെട്ടു പോയാൽ, എന്നും വിളക്ക് വെ
ക്കാറുള്ള നാഗത്തറ, നൂറും പാലും കൊടുക്കുന്ന നാഗത്താന്മാർ....ചിന്ത
കൾ പലതും ശാന്തമ്മയിൽ നെടുവീർപ്പുകളായി.

ബില്ല് കൊടുത്ത നേഴ്സ് പിന്നെയും ശാന്തമ്മയെ തിരക്കി വന്നു,
പലപ്പോളായി. പക്ഷെ ശാന്തമ്മയെ കണ്ടില്ല.

ഒടുവിൽ എല്ലാം കഴിഞ്ഞെന്നറിയിക്കാൻ വന്നപ്പോഴും, ശാന്തമ്മയു
ടെ ഇരിപ്പിടം കാലിയായിരുന്നു.

അപ്പോൾ അകലെ ആ സർപ്പക്കാവിൽ തന്റെ പ്രിയ ദൈവങ്ങൾക്ക്
നൂറും പാലും നല്കി മടങ്ങുകയായിരുന്നു ശാന്തമ്മ, ശാന്തയായി.....

പൗലോച്ചനും താമര നൂലും

Ye mountains, that far off lift up your heads,
Seen dimly through their canopies of blue,
The shade of my unrestful spirit sheds
Distance-created beatuy over you...

James Russell Lowell

ഈ മലയിലെവിടെയോ ഒരു ചെടിയുണ്ട് ... അതിന്റെ ഇല കൊണ്ട് തൊട്ടാൽ എന്തും പൊന്നാവും..... അമ്മുമ്മ പറഞ്ഞത് കേട്ട് പൗലോച്ച ന്റെ കിളി പോയി....

ഒരിക്കൽ അപ്പൂപ്പന്റെ അപ്പന്റെ കാലത്തു ഒരു കിളി ആ ഇല കൊ ത്തി കൊണ്ട് വന്ന് അതിന്റെ കൂട്ടിൽ വെച്ചു, കൊത്തിയെടുത്ത കൊ ക്കും, വെച്ച കൂടും തനി തങ്കമായി മാറി...അറയ്ക്കക്കാരുടെ പറമ്പിലാ യിരുന്നു ആ കൂടു. കൂടും കിളിയും ഇലയും അവർക്കു കിട്ടി. ആ ഇല ഇപ്പോഴും അവരുടെ കയ്യിലുണ്ടെന്നാ പറയണേ, അങ്ങിനെയാ അ വർക്കീകാണുന്നതെല്ലാം ഉണ്ടായതു......

'അമ്മാമ്മേ ഈ കൂടും ഇലയും ശരി, പക്ഷെ കിളിയെ കൂടെ അവർ പിടിച്ചോ ....അതെന്തിനാ ?'

'എടാ കിളിയുടെ കൊക്ക് പൊന്നല്ലെ, അവിടത്തെ കാരണവർ തോ ക്കു കൊണ്ട് വെടി വെച്ച് പിടിച്ചതാത്രെ....'

പലതും സത്യമാണോ എന്നൊരു ശങ്ക വരുമെങ്കിലും, അമ്മാമ്മ പഴ യ കാര്യങ്ങൾ പറഞ്ഞു തുടങ്ങിയാൽ കേൾക്കാൻ പൗലോച്ചനും ഇഷ്ട മാണ്.....

അങ്ങിനെ ഒരിക്കൽ അമ്മാമ്മ പറഞ്ഞതാണ്, താമര നൂലിനെ പറ്റി.

താമര നൂല് ഇറങ്ങിയാൽ പതിനഞ്ചു നാളിനുള്ളിൽ മഴ പെയ്യുമത്രേ. ഏതു കൊടിയ വേനലായാലും താമര നൂല് ഇറങ്ങിയാൽ പതിനഞ്ചു ദി വസത്തിനുള്ളിൽ മഴ പെയ്തിരിക്കുമത്രേ.

അപ്പൊ സ്വാഭാവികമായ ജിജ്ഞാസയോടെ പൗലോച്ചൻ ചോദിച്ചു.

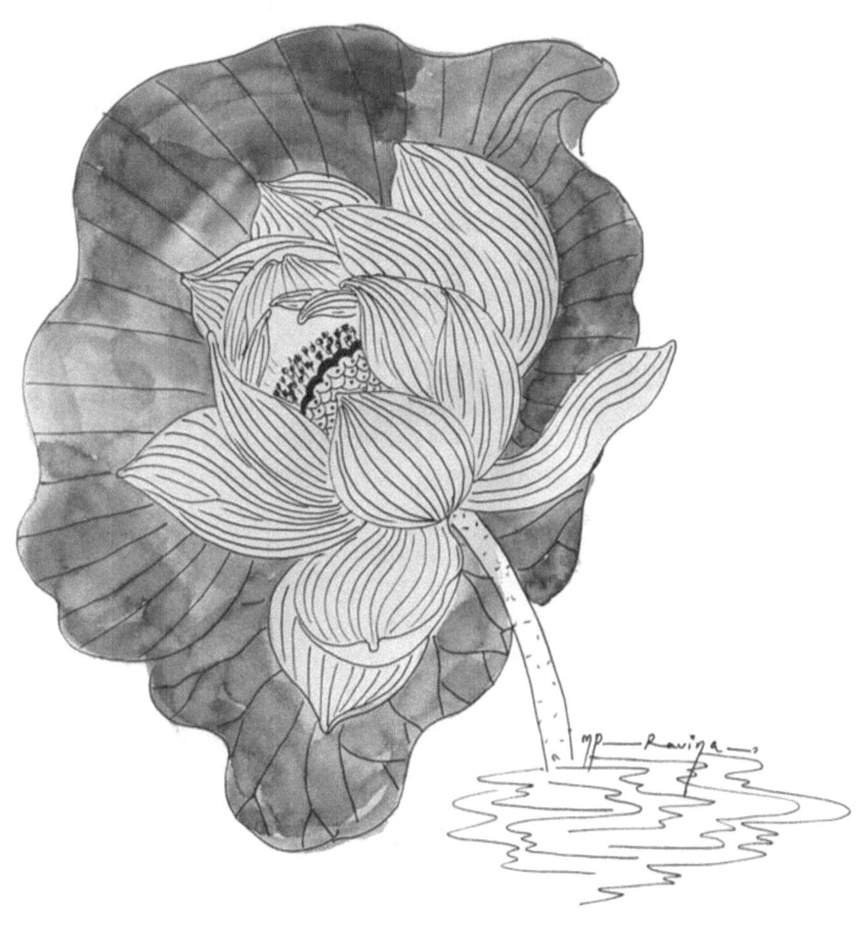

ഈ താമര നൂല് എന്ന് പറയുന്നത്, താമരയുടെ തണ്ടിനകത്തുള്ള നൂല ല്ലേ, അതെങ്ങിനെ ആകാശത്തു നിന്നിറങ്ങും.

എന്റെ പൗലോച്ചാ, ഈ താമര നൂല് താമരയുടെ ഉള്ളിൽ ഉള്ളതല്ല. പിന്നെയോ ആകാശത്തു നിന്നറിങ്ങുന്ന ഒരു നൂല്, അത് ഉൽഭവിക്കുന്ന ത് കടലിൽ നിന്നാണ്......

അപ്പൊ ഇതാണോ, കുഞ്ഞുന്നാളിൽ സ്കൂളിൽ തോമസ് മാഷ് പറ ഞ്ഞ വരുണപാശം. കടലിന്റെ ദേവനാണ് വരുണൻ എന്നല്ലേ പറഞ്ഞത്, അദ്ദേഹത്തിന്റെ പാശത്തിന്റെ ഒരു ഭാഗമായിരിക്കാം ഈ താമര നൂലെ ന്നു പൗലോച്ചൻ ഉറപ്പിച്ചു. തോമസ് മാഷ് പഠിപ്പിച്ചത് ശരിയാണെങ്കിൽ, വരുണ പാശം ഉപയോഗിച്ച് ആരേ കെട്ടിയാലും, അവർക്കതിൽ നിന്നും മോചനമില്ല.

അതായതു ഈ താമര നൂല് കിട്ടിയാൽ, സ്ഥിരം ശല്യക്കാരായ ജോ യിയേം പൊറിഞ്ചുവിനേം ഒരു പാഠം പഠിപ്പിക്കാം.

പൊറിഞ്ചുവിനെ കുറിച്ചോർക്കുമ്പോ, ഇപ്പോഴും പൗലോച്ചന് പേരു വിരൽ മുതലങ്ങോട്ടു ചൊറിഞ്ഞു വരും....തന്റെ മാത്രമായിരുന്ന ജെസി യെ ഇല്ലാ കഥ പറഞ്ഞു അടിച്ചു മാറ്റിയ തെണ്ടി.

അത് ചോദിക്കാൻ ചെന്ന തന്നെ കവലയിൽ എല്ലാവരുടെയും മുന്നി ലിട്ട് ചവിട്ടി കൂട്ടിയതും, കുറെ നാളത്തെ ആശുപത്രി വാസവും, നാട്ടു കാരുടെ ഇപ്പോഴും ഉള്ള കളിയാക്കലും... എല്ലാം കൂടെ ഓർത്തപ്പോൾ പൗലോച്ചന് പെട്ടെന്ന് മുള്ളാൻ മുട്ടി.

ആറടിക്കാരനും, ബ്ലാക്ക് ബെൽറ്റുമായ അവനു ഒരു പണി കൊടു ക്കാൻ പല വഴി നോക്കിയിട്ടും, ഒന്നും ഇത് വരെയങ്ങു ഏറ്റില്ല.....ഇതാ വുമ്പോ എല്ലാവരുടേം മുമ്പിൽ വെച്ച് അവനെ അങ്ങ് പിടിച്ചു നിർത്തി അറഞ്ചം പുറഞ്ചം പഞ്ഞിക്കിടേം ചെയ്യാം. ഓർത്തപ്പോൾ തന്നെ മൂത്രി ക്കലിനിടയിലും പൗലോച്ചന് ഒരു കുളിരു കോരി.

പിന്നെ എല്ലാം ശടെ പടെ എന്നായിരുന്നു. അമ്മുമ്മെക്ക് തന്റെ സംശ യം ദൂരീകരിക്കാൻ കഴിയില്ല എന്നറിയാവുന്ന പൗലോച്ചൻ, ഒരു പടി കൂടെ കടന്നു, കപ്യാര് ദേവസ്സി ചേട്ടനെ സമീപിച്ചു.

പൗലോച്ചന്റെ ചോദ്യം കേട്ട് പാവം നമ്മുടെ കപ്യാര് വായ പൊളി ച്ചു.... തലയിൽ വന്ന പുലിവാല് എങ്ങിനെ ഒഴിവാക്കും എന്ന് കരുതിച്ചു റ്റും നോക്കിയാ കപ്യാരുടെ മുന്നിൽ, പള്ളി പറമ്പിൽ റബ്ബർ വെട്ടുന്ന വേലായുധേട്ടൻ പെട്ടു.

വേലായുധേട്ടൻ പൊടി മന്ത്രവാദം ഒക്കെ കൈയിലുള്ള നാട്ടിലെ അറിയപ്പെടുന്ന ഒരു കുഞ്ഞു മന്ത്രവാദി ആയതു കൊണ്ടും, പുരാണ

ങ്ങളിലും, മന്ത്രങ്ങളിലും ഒക്കെ ഒരു പൊടി ജ്ഞാനം ഉണ്ടെന്നു പര
ക്കെ അറിയപ്പെട്ടിരുന്നത് കൊണ്ടും കപ്യാർ, പതിയെ പന്ത് വേലായു
ധേട്ടനിലേക്കു പാസ് ചെയ്തു, തടിയൂരി.

പുതിയ ഇരയെ കിട്ടിയപ്പോ, പൗലോച്ചൻ പതിയെ പള്ളിപ്പറമ്പിലേ
ക്കിറങ്ങി, വേലായുധേട്ടന് ചുറ്റും പരുങ്ങി നിന്നു. കുറച്ചു നിന്നിട്ടും വേ
ലായുധേട്ടൻ മൈൻഡ് ചെയ്യുന്നില്ല എന്ന് കണ്ടു രണ്ടു ചുമയങ്ങു കാ
ച്ചി. അതേറ്റു, വേലായുധേട്ടൻ തലപൊക്കി, മുഖം കൊണ്ട് എന്തെ എ
ന്ന് ചോദിച്ചു...

വിഷയം ഗൗരവമുള്ളതായതു കൊണ്ട്, ഒരു ചെറിയ ആമുഖം ഒ
ക്കെ കൊടുത്തു സംഗതി അവതരിപ്പിച്ചു. വിഷയം കേട്ട് കുറച്ചു കുല
ങ്കുഷമായി ആലോചിച്ചു, വേലായുധേട്ടൻ പറഞ്ഞു 'ഇതൊക്കെ ഇങ്ങി
നെ പറയാൻ പറ്റില്ല, കുളിച്ചു ശുദ്ധമൊക്കെ ആയി, ഗ്രന്ഥങ്ങൾ ഒക്കെ
വായിച്ചു വേണം പറയാൻ, അത് കൊണ്ട് തന്നെ, നീ സന്ധ്യ കഴിഞ്ഞു
വീട്ടിലേക്കു വാ...'

ആവശ്യക്കാരൻ പൗലോച്ചൻ ആണെല്ലോ, എല്ലാം സമ്മതിച്ചു തിരി
ഞ്ഞു നടന്നപ്പോൾ, പുറകിൽ നിന്നും ദക്ഷിണയുടെ കാര്യം മറക്കേണ്ട
യെന്നു വേലായുധേട്ടൻ പ്രത്യേകം ഓർമ്മിപ്പിച്ചു.

പിന്നെ സന്ധ്യയാവാനുള്ള കാത്തിരിപ്പായി. കൃത്യം ആറു മണി ക
ഴിഞ്ഞപ്പോൾ പള്ളിപ്പെരുന്നാളിനു നേർച്ചയിടാൻ പലരായി തന്ന നൂറു
രൂപയുമായി പതിയെ വേലായുധേട്ടന്റെ വീട്ടിലേക്കു നടന്നു.

വേലായുധേട്ടന്റെ വീട്ടിലേക്കു പോവാൻ ഒരു ചെറിയ താൽപര്യ കൂ
ടുതൽ കൂടെ ഉണ്ട്, പൗലോച്ചന്. വേലായുധേട്ടന്റെ ഭാര്യ ശാരദ ചേച്ചി.

പലരുടെയും ഉറക്കം കളഞ്ഞ, പലരെയും കുളിക്കടവിൽ ഒളിഞ്ഞു
നോട്ടക്കാരാക്കിയ ഒരു കൊച്ചു മദാലസയാണ് ഈ ചേച്ചി. ഒളിഞ്ഞു
നോട്ടക്കാരിൽ നമ്മുടെ പൗലോച്ചനും ഉണ്ടെന്നത് രഹസ്യമാണെ.

ചേച്ചി ആള് വശപിശകാണ് എന്നൊരു സംസാരം നാട്ടിൽ ഉണ്ടായി
രുന്നെങ്കിലും, തെളിവൊന്നും കിട്ടാത്തത് കൊണ്ട് ആള് ഒരു കുലസ
ത്രീ ആയി വിലസുന്ന കാലത്താണ് നാടിനെ പിടിച്ചു കുലുക്കിയ ആ
സംഭവം നടന്നത്.

പുതിയതായി വരുന്ന ഹൈവേ പണി നടക്കുന്ന സമയം. അവിടെ വ
ന്ന ചില എഞ്ചിനീയർമാരുമായി ശാരദചേച്ചിക്ക് ചില ചുറ്റിക്കളികൾ ഉ
ണ്ടെന്നൊരു സംസാരം പരക്കെ ഉണ്ടായിരുന്നു. ലവള് പുളിങ്കൊമ്പു ത
ന്നെ പിടിച്ചു എന്ന് ആവർത്തിച്ച് പറഞ്ഞു ഇച്ഛാഭംഗിതര് ആശ്വാസം
കൊണ്ടു.

അന്നൊരിക്കൽ വറീതേട്ടൻ പറമ്പു നനക്കാൻ, പറമ്പിലെ മോട്ടോർ ഷെഡിൽ എത്തിയപ്പോ അതിനകത്തൊരു അനക്കം. എന്താണെന്നു നോക്കിയ വറീതേട്ടൻ ഞെട്ടി. നൂൽബന്ധമില്ലാതെ നമ്മുടെ ശാരദചേച്ചി ഇരിക്കുന്നു.

വറീതേട്ടൻ ഒരു മാന്യനായത് കൊണ്ട് വീട്ടിൽ പോയി ഭാര്യ മേരി ചേച്ചിയെയും കൂട്ടി ശാരദ ചേച്ചിക്ക് ഒരു നൈറ്റി കൂടെ കൊടുത്തിട്ടാണ് ആളെ കൂട്ടിയത്.

സംഗതി അന്വേഷിച്ചപ്പോൾ, ഹൈവേ പണിക്കു വന്ന രണ്ടു പേർക്ക് വെറൈറ്റി സ്ഥലം വേണമെന്ന് പറഞ്ഞു വറീതേട്ടന്റെ മോട്ടോർ ഷെഡ് ബെഡ് റൂം ആക്കിയതാ. നല്ല പൈസ കൊടുക്കാം എന്ന് പറഞ്ഞത് കൊണ്ട് ശാരദ ചേച്ചി പകലും, മോട്ടോർ ഷെഡും ഒന്നും കാര്യമാക്കിയില്ല.

പക്ഷെ പഴയന്മാർ കാര്യം കഴിഞ്ഞപ്പോ, പൈസ എടുക്കാൻ എന്ന വ്യാജേന, ചേച്ചിയുടെ മുഴുവൻ ഡ്രെസ്സും എടുത്തു ഓടി കളഞ്ഞു. തുണിയില്ലാത്തതു കൊണ്ട് ചേച്ചിക്ക് പിന്നാലെ ഓടാനും പറ്റിയില്ല.. അന്ന് മുതൽ ശാരദ ചേച്ചിക്ക്, പമ്പ് ശാരദ എന്നൊരു രഹസ്യ വിളിപ്പേര് കൂടെ ചാർത്തി കിട്ടി.

നാട് മൊത്തം അറിഞ്ഞു നാറ്റ കേസ് ആയെങ്കിലും, വേലായുധേട്ടൻ ചേച്ചിയെ ഉപേക്ഷിച്ചില്ല... അത് കൊണ്ട് തന്നെ അങ്ങേരും കൂടെ അറിഞ്ഞു കൊണ്ടാണ് ഈ ബിസിനസ്സ് എന്ന് പരക്കെ ഒരു സംസാരം നാട്ടിലുണ്ട്....

അതൊക്കെ പോട്ടെ, നമ്മുക്ക് നമ്മുടെ പൗലോച്ചന്റെ അടുത്തേക്ക് തിരിച്ചു വരാം..

ലക്ഷ്യസ്ഥാനത്തു എത്തിയ പൗലോച്ചനെ വരവേറ്റത് തുളസി തറയിൽ വിളക്ക് വെച്ച് തിരിഞ്ഞു നടക്കുന്ന ശാരദ ചേച്ചിയാണ്...ആ നടപ്പിൽ കുലുങ്ങുന്ന നിതംബങ്ങൾ, കുളിക്കടവിലെ പല ഓർമകളും പൗലോച്ചനിലേക്കു കൊണ്ട് വന്നെങ്കിലും, തന്റെ വരവിന്റെ പ്രാധാന്യത്തെ മുൻനിർത്തി പൗലോച്ചൻ സ്വയം നിയന്ത്രിച്ചു.

വായിൽ വന്ന വെള്ളം ഇറക്കി, നേരെ നോക്കിയത് വേലായുധേട്ടന്റെ മുഖത്തേക്കായി. ആക്കി ഒന്ന് ചിരിച്ചു വേലായുധേട്ടൻ പൗലോച്ചനെ പൂജാ മുറിയിലേക്ക് കൊണ്ട് പോയി.

ദക്ഷിണ വെച്ചതിനു ശേഷം, വേലായുധേട്ടൻ പറഞ്ഞു തുടങ്ങി.
'നിന്റെ ലക്ഷ്യം കൂട്ടുകാരെ വരുതിയിൽ നിർത്തുക എന്നല്ലേ.'
'അതെ'

'അപ്പൊ വരുണപാശം ഒന്നും അല്ല വേണ്ടത്, കുറച്ചു കൂടെ കൂടിയ കർമ്മം വേണം. പണച്ചിലവുണ്ട്.'

'വഴിയുണ്ടാക്കാം, എന്നാലും എത്ര വരും.'

'ഒരു അയ്യായിരം രൂപ ചെലവ് വരും....'

തുക കേട്ടതും പൗലോച്ചൻ ടെൻഷനായി..... ചിന്ത കറങ്ങി തെറ്റി അമ്മുമ്മയുടെ ഒടിഞ്ഞു പോയ മേക്ക്യാ മോതിരത്തിൽ എത്തിയപ്പോ പൗലോച്ചന്റെ മുഖത്തൊരു തെളിച്ചം വന്നു... അടിച്ചു മാറ്റാം. സംഗതി ഡീൽ.

ശരിയാക്കാം വേലായുധേട്ടാ.

'പിന്നെ പൗലോച്ചാ, എനിക്ക് വഴി പറഞ്ഞു തരാനേ പറ്റു. ക്രിയ എല്ലാം ചെയ്യണ്ടത് നീയാണ്...'

'പറഞ്ഞു മാത്രം തരാനാണോ അയ്യായിരം.'

'ഇതൊക്കെ ചെറിയ കളി അല്ല പൗലോച്ചാ, വേണേൽ പറ.'

ജെസിയും, വീണു കിടന്നു തന്നോട് കെഞ്ചുന്ന പൊറിഞ്ചുവുമൊ ക്കെ, മനസിലൂടെ പോയതും, പൗലോച്ചൻ പിന്നെ ഒന്നും ആലോചി ക്കാതെ സമ്മതം പറഞ്ഞു.

'നിനക്ക് വേണ്ടത് തിരണ്ടിയാർ ചാത്തന്റെ അനുഗ്രഹമാണ്... കഠിന മാണ് ഈ ചാത്തനെ വശത്താക്കൽ...

ഒരു അമാവാസി ദിവസം രാത്രി, അന്ന് പ്രസവിക്കുന്ന പശുവിന്റെ തൊഴുത്തിനോട് ചേർന്ന് ഒളിച്ചിരിക്കണം. കയ്യിൽ കാഞ്ഞിരത്തിന്റെ തെ ക്കോട്ടുള്ള വേര്, കള്ളി പാലയുടെ തായ് വേര്, മുളങ്കൂട്ടത്തിൽ ഒത്ത ന ടുവിൽ നിൽക്കുന്ന മുളയുടെ അഞ്ചു വേരുകൾ....'

'ഇതൊക്കെ ഒന്ന് എഴുതി തരാവോ വേലായുധേട്ടാ...' ലിസ്റ്റ് നീണ്ട പ്പോ പണ്ടേ അരണബുദ്ധിയായ പൗലോച്ചൻ സേഫ് സോൺ നോക്കി...

'തരാം, ലിസ്റ്റിൽ ഉള്ള പത്തു തരം വേരുകൾ, പുലർച്ചെ കിണറ്റിൽ നിന്നും കോരിയ ഏഴാമത്തെ തൊട്ടിയിലെ വെള്ളത്തിൽ ചേർത്ത് സമൂ ലം അരച്ച് കൊഴമ്പു രൂപത്തിലാക്കി കയ്യിൽ കരുതണം.....

പശു പെറ്റ്, മറുകുട്ടി കൂടി പോയ്കഴിയുമ്പോ, ഉടനെ നമ്മുടെ കുഴു മ്പ് നിന്റെ കണ്ണിൽ പുരട്ടണം. കുറച്ചു കഴിഞ്ഞു ആദ്യ പാല് കുടിക്കാൻ തിരണ്ടിയാർ ചാത്തൻ വരും. നഗ്നനേത്രങ്ങളിൽ കാണാൻ കഴിയാത്ത തു, നിന്റെ കുഴമ്പിന്റെ സഹായത്തോടെ നിനക്ക് കാണാൻ കഴിയും...'

'എന്നിട്ട് ....'

'പാല് കുടിച്ചതിനു ശേഷം ചാത്തൻ കുളിക്കാൻ അടുത്തുള്ള ഒഴു ക്കുള്ള വെള്ളം നോക്കി പോവും...കാലിനു ചട്ടുള്ള ചാത്തൻ ഒരു വടി

കുത്തിയാണ് നടക്കാ. ഈ വടി കരക്ക് വെച്ച് കുളിക്കാൻ ഇറങ്ങുമ്പോൾ, കുളിക്കുന്ന നേരത്തു ചാത്തൻ കാണാതെ ആ വടി കൈക്കലാക്കണം. കുളി കഴിഞ്ഞു വടി അനേഷിക്കുന്ന ചാത്തന് മുന്നിൽ വടി തലക്കു മേലെ രണ്ടു കൈകൊണ്ടും ഉയർത്തി പിടിച്ചു നിക്കണം.

എത്ര ചോദിച്ചാലും, എത്രയൊക്കെ ഭീകരരൂപം കാണിച്ചാലും, വടി കൊടുക്കരുത്...ഒടുവിൽ തളർന്നു ചാത്തൻ നിനക്കെന്തു വേണം എന്റെ വടി തരാൻ എന്ന് ചോദിക്കും...അപ്പോൾ ഈ ജന്മം എനിക്ക് കൂടെ അടിമയായിരിക്കാൻ പ്രതിജ്ഞ ചെയ്തു തരണമെന്ന് ചാത്തനോട് പറയണം.... അത് സമ്മതിച്ചാൽ, പ്രതിജ്ഞ ചെയ്തതിനു ശേഷമേ വടി കൊടുക്കാവൂ.... പിന്നെ നിന്റെ ആഗ്രഹങ്ങൾ നടത്താനുള്ള വഴിയൊക്കെ ചാത്തൻ ശരിയാക്കിക്കോളും.'

'സംഗതി പൗലോച്ചന് പിടിച്ചു... അപ്പൊ വേലായുധേട്ടാ ആ ലിസ്റ്റ്.'

'ആ ലിസ്റ്റൊക്കെ, രൂപ അയ്യായിരം തന്നിട്ട് പറയാം, കാശുമായി അടുത്ത വെള്ളിയാഴ്ച സന്ധ്യക്ക് വന്നോളു....ലിസ്റ്റ് റെഡിയാക്കി വെച്ചേക്കാം.'

അമ്മുമ്മയുടെ ഒടിഞ്ഞ മേക്ക്യാമോതിരം തട്ടാൻ രാജന്റെ പെട്ടിയിലായപ്പോ തടഞ്ഞ അയ്യായിരം രൂപയുമായി അടുത്ത വെള്ളിയാഴ്ച പൗലോച്ചൻ, വേലായുധേട്ടന്റെ വീട്ടിൽ ഹാജരായി.

കുളിയും പൂജയും സേവയുമൊക്കെ കഴിഞ്ഞു ദക്ഷിണയും വാങ്ങി, വേലായുധേട്ടൻ ലിസ്റ്റ് കൈമാറി. കൂട്ടത്തിൽ ഫ്രീ ആയി ഒരു ടിപ്സും. അതായതു രണ്ടു ആഴ്ച കഴിഞ്ഞാൽ, നമ്മുടെ തെക്കേല കുറുമ്പന്റെ പൈ പെറാൻ സാധ്യതയുണ്ട്, ആ വെള്ളിയാഴ്ച അമാവാസിയുമാണ്. എല്ലാം കൊണ്ടും ഏറ്റവും അനുയോജ്യമായ സമയം.

ഇതിനകത്തു ആകപ്പാടെ ഉള്ള ഒരു പ്രശ്ന സാധ്യത, മേല്പറഞ്ഞ കുറുമ്പനും ജെസിയും അയൽക്കാരാണ്. അടുത്ത ആഴ്ച ജെസിയുടെ മൂത്ത ചേട്ടന്റെ കല്യാണവുമുണ്ട്. പുറത്തു പറയാൻ പറ്റാത്ത കാര്യമായതു കൊണ്ട് ഒളിച്ചിരിക്കാൻ അവിടെ കാടും മറയൊന്നും ഇല്ല. ആകെ ഉള്ളത് ജെസിയുടേം കുറുമ്പന്റേം അതിരിൽ നിൽക്കുന്ന ഒരേയൊരു പ്ലാവ് മാത്രമാണ്...

എന്തായാലും ഇറങ്ങി, പ്ലാവെങ്കിൽ പ്ലാവെന്നു ഉറപ്പിച്ചു പൗലോച്ചൻ.

ഇനിയിപ്പോ ആകെ വേണ്ടത്, അമാവാസിയുടെ അന്ന് കുറുമ്പന്റെ പശു പെറണം. അതിനു വഴിയുണ്ടെന്നായി വേലായുധേട്ടൻ. പത്തു ദിവസത്തെ പൂജ ഒരു പൂജക്ക് അഞ്ഞൂറ് രൂപ.

അടുത്ത അയ്യായിരത്തിനുള്ള വഴിയായി. അമ്മുമ്മയുടെ ഒടിഞ്ഞ മേ

ക്യാ മോതിരത്തിന്റെ ജോഡിയെ ഓർത്തു അതിനും പൗലോച്ചൻ സ
മ്മതം മൂളി.

പിറ്റേന്ന് മുതൽ വൈകുന്നേരങ്ങളിൽ പൗലോച്ചൻ വേലായുധേട്ടന്റെ
വീട്ടിലെ സ്ഥിരം സന്ദർശകനായി.

ശാരദ ചേച്ചി പണ്ടേ വശപിശകാണെന്നുള്ളത് കൊണ്ട് പലരും പൗ
ലോച്ചന്റെ വരവ് പോക്കുകൾ നിരീക്ഷിച്ചു. അടുപ്പുമുള്ളവർ പൗലോച്ച
നെ ഉപദേശിച്ചു. പക്ഷെ ലക്ഷ്യത്തോടുള്ള ആക്രാന്തം, പൗലോച്ചനെ
ഇതിൽ നിന്നും പിന്തിരിപ്പിച്ചില്ല.

ആ പത്തു ദിവസത്തെ പൂജ കഴിഞ്ഞു, ജെസിയുടെ ചേട്ടന്റെ കല്യാ
ണോം കഴിഞ്ഞു.

പറഞ്ഞ പോലെ വെള്ളിയാഴ്ച പശു പെറുന്നതും കാത്തു, പൗലോ
ച്ചൻ പ്ലാവിന്റെ മുകളിൽ ഹാജരായി.

സമയം രാത്രി, പത്തായി പതിനൊന്നായി.... പശു പെറാൻ ഒരു ല
ക്ഷണവും കാണിക്കുന്നില്ല. ചെയ്ത പൂജകൾ ഒക്കെ .... പൗലോച്ചന്
ആകെ ശങ്കയായി....

കൂട്ടലും കിഴിക്കലുമായി,, പ്ലാവിൽ ഇരുന്ന പൗലോച്ചൻ, പതിയെ ഉ
റങ്ങിപ്പോയി....മരത്തിൽ ഇരുന്നു ഉറങ്ങിയാലുള്ള കഥ പറയണോ... മര
ത്തിൽ നിന്നുള്ള പിടി വിട്ട് വലിയ വായയിൽ കരഞ്ഞു നിലത്തെത്തിയ
പൗലോച്ചന്റെ കരച്ചിൽ അയൽ വീട്ടുകാരെയെല്ലാം ഉണർത്തി.

ഓടിക്കൂടിയ ആളുകൾ, പൗലോച്ചനെ കണ്ടു ഞെട്ടി. അസമയത്തു
പ്ലാവിന്റെ മുകളിൽ? വീണു കിടക്കുന്ന പൗലോച്ചനെ പലതരത്തിലും
ചോദ്യം ചെയ്തു.....സംഗതി പുറത്തു പറയാൻ കൊള്ളില്ലാത്തതു കൊ
ണ്ട് പൗലോച്ചൻ കിടന്നുരുണ്ടു....

നല്ല വീട്ടിലെ പയ്യനായത് കൊണ്ട് മോഷണം അല്ല ലക്ഷ്യമെന്ന് ഓ
ടി കൂടിയ ഫുൾ കമ്മിറ്റി തീരുമാനിച്ചു. പിന്നെ....പുതിയതായി വിവാ
ഹം കഴിഞ്ഞ വീട്ടിന്റെ അടുത്ത് ഒളിച്ചിരിക്കുന്നത് എന്തിനാ.... സീൻ
കാണാൻ .....സംഗതി എല്ലാവരും അങ്ങ് ഉറപ്പിച്ചു.....വീഴ്ചയുടെ വേദന
യിലും അത് നിഷേധിക്കാൻ പൗലോച്ചൻ ഒരുപാടു ശ്രമിച്ചെങ്കിലും, പി
ന്നെ എന്തിനു വന്നു എന്നതിന് കൃത്യമായി ഒരുത്തരം നല്കാൻ കഴി
യാത്തത് കൊണ്ട്, പൗലോച്ചന്റെ വാദങ്ങളെല്ലാം തള്ളപ്പെട്ടു.

അടുത്തിടയായി ആ പമ്പ് ശാരദയുടെ വീട്ടിലേക്കു എന്നും പോക്കു
ണ്ട് എന്നാരോ കൂട്ടത്തിൽ നിന്നും പറഞ്ഞത് കൂനിന്മേൽ കുരു പോലെ
പൗലോച്ചനേറ്റു. എല്ലാരും അതങ്ങുറപ്പിച്ചു... പൗലോച്ചൻ സീൻ കാണാൻ
കയറി പ്ലാവിൽ നിന്നും താഴെ വീണു. ഓടിക്കൂടിയ കൂട്ടത്തിൽ ജെസി

യും കുടുംബവും ഉണ്ടായിരുന്നെന്ന് പ്രത്യേകം പറയേണ്ടല്ലോ.....സ്വന്തം വീട്ടിൽ, ചേട്ടന്റെയും ചേച്ചിയുടെയും സീൻ ഒളിഞ്ഞു നോക്കാൻ വന്ന പൗലോച്ചനെ നോക്കി അവള് കാറിത്തുപ്പി....

വീട്ടുകാരെ വിളിച്ചു വരുത്തി ആശുപത്രിയിൽ കൊണ്ട് പോയ പൗ ലോച്ചൻ പഴയ പോലെ നടന്നു തുടങ്ങാൻ മാസം ആറു എടുത്തു. ആ സമയം കൊണ്ട് നാട്ടിലും വീട്ടിലും അത്യാവശ്യം നല്ല ചീത്തപ്പേര് പൗ ലോച്ചൻ നേടിക്കഴിഞ്ഞിരുന്നു. ഒളിഞ്ഞു നോട്ടം, ജനലിനരികിൽ കിട ന്നുറങ്ങുന്ന സ്ത്രീകളെ കയറി പിടിക്കൽ, വേശ്യാ സംസർഗം, ബസ്സിൽ ജാക്കി എന്ന് വേണ്ട അറിയപ്പെടുന്നതും അറിയപ്പെടാത്തതുമായ എല്ലാ അസാന്മാർഗിക പ്രവർത്തനങ്ങളും നാട്ടുകാർ പൗലോച്ചന് ചാർത്തി കൊ ടുത്തു.

വീട്ടുകാരുടെ കുറ്റപ്പെടുത്തലുകളിലും നാട്ടുകാരുടെ കളിയാക്കലു കളിലും മനം മടുത്ത പൗലോച്ചൻ, ഇതിനെല്ലാം കാരണ ഭൂതനായ വേ ലായുധേട്ടന്റെ വീട്ടിലേക്കു ചെന്നു.

ടോ വേലായുധാ... തന്റെ ഒരു മന്ത്രോം തന്ത്രോം, മനുഷ്യന്റെ മാനം പോയി (ഇത് വരെ വേലായുധേട്ടാ എന്ന് വിളിച്ചിരുന്ന ചെക്കനാണ്), താൻ തന്നെ എല്ലാവരോടും സത്യം പറഞ്ഞില്ലേൽ താൻ വിവരം അറി യും.

എവിടെ... വേലായുധേട്ടൻ മൈൻഡ് പോലും ചെയ്തില്ല.

താൻ... ഞാൻ പറഞ്ഞത് കേട്ടോ, ഞാൻ പറഞ്ഞത് പോലെ ചെ യ്തു, ഞാൻ തന്ന കാശും തന്നില്ലേൽ .....ആ.

അതിനു മറുപടി പറഞ്ഞത് ശാരദചേച്ചിയാണ്.... ഡാ ചെക്കാ നീ അധികം ഇവിടെ വെളച്ചിൽ എടുത്താൽ, ഒരു പീഡന പരാതി ഞാനും അങ്ങ് കൊടുക്കും... നീ പണ്ട് ഇവിടെ വന്നതിനു സാക്ഷികളും ഉണ്ട്... പിന്നെ നിന്റെ ഇപ്പോഴുള്ള നാട്ടിലെ പേര് വെച്ച്... സംഗതി ക്ലിക്ക് ആ വും....

ഒന്ന് നിർത്തി ശാരദേച്ചി തുടർന്നു....എനിക്ക് പോവാൻ ഒന്നുമില്ല.... അല്ലേലും ഞാൻ നാട്ടുകാർക്ക് പമ്പ് ശാരദയാണ്......നിനക്ക് കൂടുതൽ നാറണോ....വേണ്ടയോ.

അത് വരെ മിണ്ടാതിരുന്ന വേലായുധേട്ടൻ ഇത് കേട്ടപ്പോ ഉഷാറാ യി... ഒറ്റ ഡയലോഗ്....നീ ഇവിടെ വന്നു ഇത്രേം പറഞ്ഞ സ്ഥിതിക്ക്, ഞങ്ങൾക്ക് ഒരു നാലു ലക്ഷം രൂപ കിട്ടണം, അതും പതിനഞ്ചു ദിവസ ത്തിനുള്ളിൽ....അല്ലെങ്കിൽ അവൾ പറഞ്ഞ കേസ് ഞങ്ങൾ കൊടുക്കും.....

ചുരുക്കം പറഞ്ഞാൽ, ന്യായം ചോദിക്കാൻ വന്ന പൗലോച്ചൻ വീ

ണ്ടും പെട്ടു.... ശബ്ദമില്ലാതെ തൊണ്ട വറ്റിവരണ്ടു പൗലോച്ചൻ വേലാ യുധേട്ടന്റെ വീട്ടിൽ നിന്നിറങ്ങി....

പതിനഞ്ചു ദിവസം.... നാല് ലക്ഷം രൂപ.... പല വഴികളും ആലോ ചിച്ചു...

ഒടുവിൽ കൃത്യം ഏഴാം നാൾ... പൗലോച്ചൻ മല കയറി.... ഓരോ മ രങ്ങളായി തൊട്ടു നോക്കി.... ഒടുവിൽ ഒരു സ്വർണ മരം തിരഞ്ഞെടു ത്തു.... അതിൽ കയറി... പിന്നെയിറങ്ങി.... പാറയിൽ ഇരുന്നു....

എല്ലാം ഒരിക്കൽ കൂടി ഓർമയിൽ വന്നപ്പോൾ പൗലോച്ചൻ ധ്യാനനി രതനായി......വരുണപാശം, തിരണ്ടിയാർ ചാത്തൻ, വേലായുധേട്ടൻ, പ മ്പ് ശാരദ, പതിനഞ്ചു ദിവസം,,, നാല് ലക്ഷം രൂപ പെട്ടന്നൊരു ബോ ധോദയമുണ്ടായപ്പോൾ പൗലോച്ചൻ തൃക്കണ്ണ് തുറന്നു ആ സ്വർണ മര ത്തിലേക്ക് നോക്കി... അതിൽ തൂങ്ങിയാടുന്ന വരുണപാശം തന്നെ മാടി വിളിക്കുന്നത് പോലെ അവനു തോന്നി.....

അതിൽ അലിഞ്ഞു ചേരുന്നതിനു മുമ്പേ.... തന്റെ ഗ്രാമത്തെ നോ ക്കി പ്രതിഷേധമെന്നോണം പൗലോച്ചൻ ഉച്ചത്തിൽ കൂവി .....ആ കൂവ ലിനു പ്രതിധ്വനിക്കായി സ്വർണമരത്തിൽ മൂകസാക്ഷിയായി പൗലോ ച്ചനും.

അലാ നാമിഖ്

പതിവുപോലെ സൂര്യന്റെ ആദ്യ കിരണം വീണപ്പോൾ തന്നെ അ ലാ നാമിഖ് എണീറ്റു. വീടിനു പുറത്തുള്ള മടക്കു കട്ടിൽ മടക്കി വെച്ച്, ഒരു മൊന്ത വെള്ളവുമെടുത്തു പ്രഭാത കൃത്യങ്ങൾക്കായി, ഗ്രാമത്തി ലെ വെളിപ്പറമ്പിലേക്കിറങ്ങി....

കഴിഞ്ഞ ഗ്രാമസഭ കഴിഞ്ഞത് മുതൽ ഇതിനൊക്കെ ഒരു പ്രത്യേ കം സ്ഥലങ്ങൾ തീരുമാനിച്ചിട്ടുണ്ട്....ആലോചിച്ചപ്പോൾ അത് നല്ലതാ ണെന്നു അലാ നാമിഖിനും തോന്നി.. മുമ്പൊക്കെ തന്റെ കൃഷിസ്ഥല ത്തും വഴിയിലും എല്ലാം... അത് തിന്നാൻ കുറെ പന്നികളും... ഓർത്ത പ്പോൾ തന്നെ അലാ നാമിഖിന് ഓക്കാനം വന്നു.....

നേരത്തെ എണീക്കുന്നതു കൊണ്ട് തിരക്കില്ലാതെയും, മറ്റുള്ളവരു ടെ മുഖാമുഖം നോക്കിയിരിക്കാതെയും കാര്യം കഴിക്കാം എന്നുള്ളതാ ണ് ആകെ ആശ്വാസം....

മലം കുറവുള്ള സ്ഥലം നോക്കി, പതിയെ ധോത്തി ചുരുട്ടി വെച്ച് അയാൾ കാര്യം സാധിക്കാനിരുന്നു. ഒരു പാട് നേരത്തെ ആയതു കൊ ണ്ട് വെളിപ്പറമ്പ് ഏകദേശം ശൂന്യമായിരുന്നു

വിസർജ്യക്രിയ തുടങ്ങി മലം ചന്തിയിൽ മുട്ടിയപ്പോ, അലാ നാമിഖ് എണീറ്റ് ഇരുപ്പൊന്ന് മാറ്റി. സ്വന്തം മലത്തിനു അഭിമുഖമായി ഇരുന്ന പ്പോഴാണ് അലാ നാമിഖ് അത് ശ്രദ്ധിച്ചത്. മലത്തിൽ ദഹിക്കാത്ത, എ ന്തിനു തൊലി പോലും പോവാത്ത ഒരു മുഴു കടല, കാലാ ചെന്ന.

തന്റെ കൃഷിയിടത്തിൽ താൻ നട്ടു വളർത്തി, വിളവെടുത്ത കാലാ ചെന്ന. അതിപ്പോ തന്റെ മുഴുവൻ ആന്തരികാവയവങ്ങളും ചുറ്റി ഒരു മാ റ്റവുമില്ലാതെ തന്റെ മുന്നിൽ. എന്തുകൊണ്ടോ അതിനോട് അലാ നാമി ഖ് ന് അതിയായ വാത്സല്യം തോന്നി.

അരികിൽ കിടന്ന ഒരു കമ്പെടുത്തു മലത്തിൽ നിന്നും ആ കാലാ ചെന്നയെ വേർതിരിച്ചു....

തന്റെ വംശപരമ്പരയുമായി ഒരുപാടു ബന്ധപ്പെട്ടു കിടക്കുന്ന കാലാ ചെന്ന.... മുതു മുത്തച്ഛന്മാരായി ചെയ്തു വന്ന കൃഷി......ഇന്നത്തെ കൃ

ഷിയുടെ അവസ്ഥ ഓർത്തപ്പോൾ അലാ നാമിഖിന് പെട്ടന്നൊരു നെടു വീർപ്പ് വരുകയും, ആ നെടുവീർപ്പ് പരിണമിച്ചു കീഴെ കൂടെ അധോവാ യുവായി പുറത്തു പോവുകയും ചെയ്തു...

മറ്റൊന്നും ചെയ്യാനില്ലാത്തതു കൊണ്ടാവാം അയാൾ ഈ കാലാ ചെന്നയെ തന്നെ നോക്കി കൊണ്ടിരുന്നു. നിമിഷങ്ങൾ കടന്നു പോയി കൊണ്ടിരുന്നപ്പോൾ, കാലാ ചെന്നയുടെ കറുപ്പു തിരശീലയിൽ മൂന്നു നാല് ആഴ്ചയിലെ അനുഭവങ്ങൾ ഒരു ചലച്ചിത്രത്തിൽ എന്ന പോലെ അലാ നാമിഖിന് മുന്നിൽ തെളിഞ്ഞു.

സുമാർ മൂന്നാലു മാസങ്ങൾക്കു മുൻപാണ് മോൾ ബാബു തന്റെ മ ണ്ണിലും പെണ്ണിലും കണ്ണ് വെച്ചത്...പല വഴികളിലും തന്നെ സമീപിച്ചെ ങ്കിലും, തലമുറകൾ കൈ മാറിയ മണ്ണും, തന്റേതായി ആകെയുള്ള പെ ണ്ണിനേയും പങ്കു വെക്കാൻ താനൊരുക്കമായിരുന്നില്ല.

പ്രലോഭനം മാറി, ഭീഷണിയും മർദ്ദനവുമായിട്ടും താൻ മാറില്ല എ ന്ന് കരുതിയിട്ടാവണം, കുറെ നാളത്തേക്ക് മോൾ ബാബുവിന്റെ ശല്യം ഉണ്ടായില്ല.

അന്നൊരു സന്ധ്യയ്ക്കു പണിയും കഴിഞ്ഞു, മടക്കു കട്ടിലിൽ സം സാരിച്ചിരുന്നിരുന്ന, തന്റേയും യാസ്മിന്റെയും മുന്നിലേക്ക് ഒരു ഇരമ്പ ലോടെയാണ് രണ്ടു സർക്കാർ ജീപ്പുകൾ വന്നത്. കാക്കി കുപ്പായം ഇട്ട വർ തന്റെ വീടിനു നേരെ വരുന്നത് കണ്ടു അലാ നാമിഖിന്റെ നല്ല ജീ വൻ പോയി.

'നീയാണോ അലാ നാമിഖ്' വന്നവർ ഉച്ചത്തിൽ ചോദിച്ചു....

'അതെ, ഞാനാണ് സാബ്....'

'എന്നാണ് നീ ഇവിടേക്ക് കുടിയേറിയത് ......'

അലാ നാമിഖിനു ആ ചോദ്യം മനസിലായില്ല, തലമുറകളായി ഇവി ടെ താമസിക്കുന്ന താൻ?

'സത്യം പറഞ്ഞാൽ ഞങ്ങളുടെ പണി കുറയും.' പിന്നിൽ നിൽക്കു ന്ന എല്ലിച്ച ഉദ്യോഗസ്ഥൻ പറഞ്ഞു...

താൻ ഇതുവരെ കള്ളം ഒന്ന് പറഞ്ഞില്ലല്ലോ എന്ന് ആത്മഗതം ചെ യ്തു അലാ നാമിഖ്....

'നീ എങ്ങിനെ വന്നു? എപ്പോൾ വന്നു?'

'എവിടുന്ന് സാബ് ?'

മുഖമടച്ചൊരു അടിയായിരുന്നു മറുപടി... 'ഞങ്ങളെ കളിപ്പിക്കുന്നോ ടാ നായെ...'

അടി കിട്ടി ഏച്ചു വീണ അലാ നാമിഖിനെ കണ്ടു യാസ്മിൻ ഉറക്കെ

നിലവിളിച്ചു....നിലവിളി കേട്ട് പലരും പുറത്തു വന്നെങ്കിലും, സർക്കാർ ജീപ്പുകളും കാക്കിയും കണ്ടു എല്ലാവരും മിണ്ടാതെ നിന്നു...

അലാ നാമിഖിന്റെ അടിവയറ്റിൽ ബൂട്ടിട്ട ഷൂ ഇട്ടു ചവിട്ടാനൊരുങ്ങിയ ഒരു പോലീസ്കാരന്റെ കാലു പിടിച്ചു യാസ്മിൻ.... ചവിട്ടാനൊരുങ്ങിയ കാലു താഴ്ത്തി, ഒരു വഷളൻ ചിരിയോടെ യാസ്മിനെ ഒന്നിരുത്തി നോക്കി അയാൾ മറ്റുള്ളവരോട് എന്തോ പറഞ്ഞു.....

വീണു കിടക്കുന്ന അലാ നാമിഖിനെ കഴുത്തിൽ പിടിച്ചു എണീപ്പിച്ചു 'നീ എന്ന് വന്നു എന്ന് പറഞ്ഞാൽ, ഞങ്ങൾക്കും നിന്നെ കൊണ്ട് പെട്ടന്ന് പോകാം, നിന്റെ ഭാര്യക്ക് വീടടച്ചു കിടന്നുറങ്ങുകയും ചെയ്യാം.....

ഇല്ലേൽ നിന്നെയും കൊണ്ട് പോകും...അവളേം...' പറഞ്ഞ പോലീസ്കാരന്റെ മുഖം ഇരയെ കണ്ടു നാവു നുണയുന്ന ചെന്നായ പോലെ തോന്നി അലാ നാമിഖിന്.....

ഇവർ പറയുന്നത് സമ്മതിച്ചില്ലേൽ, തന്നെ മാത്രമല്ല യാസ്മിനേം അവർ ഉപദ്രവിക്കുമെന്നു ഉറപ്പാണ്,പോലീസുകാരുടെ വഷളൻ മുഖങ്ങൾ അത് ശരി കൂടെ വെച്ചപ്പോൾ അലാ നാമിഖ് ഒന്ന് തീരുമാനിച്ചു. തന്നെ പോലും ചോദിക്കാനും പറയാനും ആരുമില്ലാത്തവർ ഇവർ പറയുന്നതെല്ലാം സമ്മതിക്കുകയാണ് നല്ലത്.

'സാബ്, എവിടന്നാണ് എന്ന് പറഞ്ഞാൽ...... എന്നാ വന്നതെന്ന് ഞാൻ പറയാം....'

'ഇറാക്കിൽ നിന്ന്...'

അലാ നാമിഖ് ഞെട്ടി പോയി. ഇങ്ങിനെ ഒരു സ്ഥലം കേട്ടിട്ട് കൂടിയില്ലാ.

പകച്ചു നിൽക്കുന്ന അയാളെ, തൂക്കിയെടുത്തു വണ്ടിയിലിട്ടു പോലീസ് മടങ്ങി. എതിർക്കാൻ നോക്കിയും, കരഞ്ഞു തളർന്നും യാസ്മീൻ വീടിന്റെ ഉമ്മറപ്പടിയിലിരുന്നു...

പോലീസ് സ്റ്റേഷനിൽ എത്തിയപ്പോൾ നടയടിക്കു ശേഷം, വയർ ചാടി വായയിൽ മുഴുവൻ പാനിട്ടു ചവച്ചു ഒരു പോലീസ്കാരൻ അയാളുടെ പേരിലുള്ള കുറ്റം പറഞ്ഞു കൊടുത്തു.....

ഇറാഖിന്റെ കുവൈറ്റ് അധിവേശത്തിനു ശേഷം പരാജയപ്പെട്ട ഇറാഖി പ്രസിഡണ്ട് സദ്ദാം ഹുസ്സൈൻ ഒളിവിൽ കഴിഞ്ഞത് അലാ നാമിഖിന്റെ തോട്ടത്തിലെ ഭൂഗർഭ അറയിലാണത്രെ. സദ്ദാം ഹുസൈനോടൊപ്പം അലാ നാമിഖും അറസ്റ്റ് ചെയ്യപ്പെട്ടെങ്കിലും പിന്നീട് രക്ഷപെട്ടു, കള്ള രേഖകൾ ഉണ്ടാക്കി ഇന്ത്യയിൽ വന്നു അയാൾ പുതിയ പേരിൽ കഴിയുകയാണത്രെ......ആ ആളാണ് താൻ എന്ന് ഉൾക്കിടിലത്തോടെ അ

ലാ നാമിഖ് അറിഞ്ഞു.....

'സാബ്, ഞാൻ ജനിച്ചതും എന്റെ മാതാപിതാക്കൾ ജനിച്ചതും എല്ലാം ഇവിടെയാണ്, എന്റെ ഗ്രാമത്തിൽ ഞാൻ പഠിച്ച സ്കൂളും എന്റെ കൂട്ടുകാരും ബന്ധുക്കളും ഉണ്ട്.....എനിക്ക് തിരിച്ചറിയൽ കാർഡും, ആധാർ കാർഡും എന്തിനേറെ ബാങ്ക് അക്കൗണ്ട് വരെ ഉണ്ട്....'

'ഓഹോ... നീ കൊടും ഭീകരനാണല്ലോ.... ഇത്രേം രേഖകൾ നീ ഉണ്ടാക്കിയല്ലേ .....ചുമ്മാതല്ല പൗരത്വ നിയമം ഉടൻ കൊണ്ട് വരണമെന്ന് പറയുന്നത്.....' നെറ്റിയിൽ വിയർപ്പിനൊപ്പം ഒലിച്ചിറങ്ങിയ ടിക്കയിലെ കുങ്കുമം തുടച്ചു കൊണ്ട് അയാൾ അലാ നാമിഖിനെ പുച്ഛത്തോടെ നോക്കി.

ടിക്കയിലെ കുങ്കുമത്തിന്റെയും ചന്ദനത്തിന്റെയും കൂടി കുഴഞ്ഞുള്ള മണം..... കൂടെ വായിലെ പാനിന്റെയും....... മോൾ ബാബുവിന്റെ അതെ മണം ....അലാ നാമിഖിനു മനം പുരട്ടി.

സമയം കടന്നു പോയി, ഏതോ പോലീസുകാരൻ നൽകിയ ഒരു ഗ്ലാസ് വെള്ളം... അതിലൊതുങ്ങി ആ ദിവസം അലാ നാമിഖിന്.

വൈകുന്നേരം ആയപ്പോൾ മോൾ ബാബു വന്നു സ്റ്റേഷനിൽ, നേരെ ഇൻസ്പെക്ടറുടെ മുറിയിലേക്ക് കയറി പോയി.. കുറച്ചു കഴിഞ്ഞപ്പോ പഴയ പോലീസുകാരൻ വന്നു അലാ നാമിഖിനെ ഇൻസ്പെക്ടറുടെ മുറിയിലേക്ക് കൊണ്ട് പോയി...

അവിടെ മോൾ ബാബുവിനൊപ്പം പൊട്ടിച്ചിരിച്ചു സംസാരിച്ചിരുന്ന ഇൻസ്പെക്ടർ അലാ നാമിഖിനെ കണ്ടപ്പോൾ മുഖ ഭാവം മാറ്റി ചാടി എണീറ്റു.

കള്ള പേരിൽ, എല്ലാരേയും പറ്റിച്ചു കഴിയുമെന്നു കരുതിയോടാ എന്ന് പറയലും കാലു പൊക്കി വയറ്റിൽ ആഞ്ഞു ചവിട്ടലും ഒരുമിച്ചു കഴിഞ്ഞു. ഒന്നും കഴിക്കാത്ത തളർച്ചയിലും ഭയത്താലും നിന്നിരുന്ന അലാ നാമിഖ് പുറകിലോട്ടു തലയടിച്ചു മറിഞ്ഞു വീണു.

വീണു കിടക്കുന്ന അലാ നാമിഖിന്റെ തലമുടിയിൽ കുത്തി പിടിച്ചു ഇൻസ്പെക്ടർ, മോൾ ബാബുവിനെ ചൂണ്ടി പറഞ്ഞു .... സാബ് നിന്നോട് ചോദിച്ചാ നിനക്ക് കൊടുക്കാൻ പറ്റില്ല അല്ലേടാ...@@@@

അമ്മയേം പെങ്ങളേം കൂട്ടിയുളള തെറികൾ പിന്നെയും ഒഴുകി... ഒരു കാര്യം അലാ നാമിഖിനു മനസിലായി.....മോൾ ബാബു കണ്ണ് വച്ച തന്റെ മണ്ണും പെണ്ണും അയാൾ കൊണ്ട് പോവും....അതിനൊരുക്കിയ കെണിയാണിത്...

രണ്ടിനും താൻ സമ്മതിച്ചില്ലേൽ തന്റെ പേരിൽ വരുന്ന കേസുകൾ...

അതുമല്ലെങ്കിൽ ഇവിടത്തെ ഇടിമുറിയിൽ തീരും താൻ... കൊന്നാലും തനിക്കു വേണ്ടി ആരും വരില്ല ചോദിക്കാൻ .....

ചങ്കു പിടഞ്ഞു അലാ നാമിഖ് ചുറ്റും നോക്കി... മാംസം കൊത്തി പ റിക്കാൻ നിൽക്കുന്ന കഴുകന്മാർ ചുറ്റിലും... അതിലും വലുതായി മനം മടുപ്പിക്കുന്ന ആ മണം... മോൾ ബാബുവിന്റെ മണം... തലകറക്കവും ഓക്കാനവും ഒരുമിച്ചു വന്നു അലാ നാമിഖിനു.

അല്പം കഴിഞ്ഞു അലാ നാമിഖിനെ അവർ വിട്ടു... അര മണിക്കൂർ കഴിഞ്ഞു മോൾ ബാബുവും പോയി...

രണ്ടു ദിവസം കഴിഞ്ഞു ഒരു പകൽ അലാ നാമിഖിനെ കൊണ്ട് പോകാൻ മോൾ ബാബുവിന്റെ വണ്ടി വന്നു. നേരെ രജിസ്ട്രേഷൻ ഓ ഫീസ്...... തലമുറകളായി കൈ മാറി വന്ന തന്റെ മണ്ണ് മോൾ ബാബു വിന്റേതായി തീർന്നു....

അന്ന് രാത്രി വീണ്ടും മോൾ ബാബുവിന്റെ വണ്ടി അലാ നാമിഖിന്റെ വീട്ടിൽ വന്നു.... ഒരു വഷളൻ ചിരിയോടെ അകത്തു പോയ മോൾ ബാ ബു... അലാ നാമിഖിന്റെ പെണ്ണിനേയും കവർന്നു .....തിരികെ പോവു മ്പോൾ മുറ്റത്തിരുന്ന അലാ നാമിഖിനു അയാൾ കുറച്ചു പണം എറി ഞ്ഞു കൊടുത്തു...

പെറുക്കിയെടുത്ത ആ പണത്തിൽ മോൾ ബാബുവിന്റെ മണം.......അ ലാ നാമിഖിനു പിന്നെയും മനം പുരട്ടി .....പുറത്തെ പറമ്പിലേക്ക് പണം ചുരുട്ടിയെറിഞ്ഞു വീട്ടിലേക്കു കയറിയപ്പോൾ വീട്ടിലും മോൾ ബാബു വിന്റെ മണം.

തളർന്നു കട്ടിലിൽ നിന്നെണീറ്റു വരുന്ന യാസ്മിനും മോൾ ബാബു വിന്റെ മണം ..... ശ്വാസം മുട്ടി അലാ നാമിഖ് പുറത്തേക്കോടി....

അന്ന് മുതൽ ഇന്ന് വരെ അയാൾ, അയാളുടെ വീട്ടിൽ കയറിയിട്ടി ല്ല.... മുറ്റത്തെ കട്ടിലിൽ കിടക്കും... മുറ്റത്തിരുന്നു കഴിക്കും... അല്ലേലും സാബുമാരുടെ വെപ്പാട്ടികളെ സ്വന്തം ഭർത്താവാണെകിലും പ്രാപിക്കാൻ പാടില്ലല്ലോ....

തന്റെ പഴയ കൃഷിയിടത്തിനു അടുത്ത് കൂടെ പോവുമ്പോഴും അ ലാ നാമിഖിനു മോൾ ബാബുവിന്റെ മണം അനുഭവപ്പെടും... അത് കൊ ണ്ട് ആ വഴിക്കും അയാളിപ്പോൾ പോവാറില്ല.

എല്ലാം ആലോചിച്ചു...അയാൾക്ക് പ്രാന്ത് പിടിക്കുന്നത് പോലെ തോ ന്നി... മുന്നിലിരിക്കുന്ന കാല ചെന്ന അയാൾ കയ്യിലെടുത്തു.... പെട്ടെന്ന് മലം നിറഞ്ഞ അവിടത്തെ മണം മാറി ..... പലതരം മലങ്ങളുടെ മണം മാറി. അവിടെയും മോൾ ബാബുവിന്റെ മണം .... അലാ നാമിഖി

നു ശ്വാസം മുട്ടി ....

ആ മണം മൂലം തല പൊട്ടി തെറിക്കുമെന്നായപ്പോൾ, അലാ നാമി ഖ് ശൗച്യം പോലും ചെയ്യാതെ, അവിടെ നിന്നും ഇറങ്ങിയോടി .....അര ക്കു താഴെ നഗ്നനായി....

ഓടി ഓടി ....കവലയും കടന്നു ഓടുന്ന അലാ നാമിഖിനെ എല്ലാവ രും അത്ഭുതത്തോടെ നോക്കി.....അപ്പോൾ അവിടെ ഒരു മഴ പെയ്തു.... മഴയത്തും അലാ നാമിഖ് നിർത്താതെ ഓടി കൊണ്ടിരുന്നു .....കവലയി ലെ ഗാന്ധി പ്രതിമയിൽ നിന്നുമപ്പോൾ വെള്ളം ഒലിച്ചിറങ്ങിക്കൊണ്ടി രുന്നു.........

O